சிதைந்த சிற்பங்கள்

மலையாள மூலம்:

கே. வேணுகோபால்

தமிழில்:

குறிஞ்சிவேலன்

பரிசல்

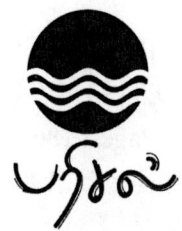

சிதைந்த சிற்பங்கள்
மலையாள மூலம்: கே. வேணுகோபால்
தமிழாக்கம்: குறிஞ்சிவேலன்©
பரிசல் முதல் பதிப்பு: டிசம்பர் 2021

வெளியீடு: பரிசல் புத்தக நிலையம்
235, P. பிளாக் MMDA காலனி
அரும்பாக்கம், சென்னை - 600 106.
பேச: 9382853646
மின்னஞ்சல்: parisalbooks@gmail.com
அச்சுக்கோப்பு : வி. தனலட்சுமி
அச்சாக்கம்: கம்ப்யூ பிரிண்டர்ஸ், சென்னை - 600 086.
பக்கம்: 186
விலை ரூ: 190

SIDHAINTHA SIRPPANKAL

Malayalam: K. Venugopal
Translated by: Kurinji velan©

Parisal First Edition: December 2021

Published by : Parisal Putthaga Nilayam
No. 235, 'P' Block MMDA Colony
Arumbakkam, Chennai - 600 106.
Mobile: 93828 53646
Email: parisalbooks@gmail.com
DTP : V. Dhanalakshmi

Printed at: Compu Printers, Chennai - 86.

ISBN : 978-93-91949-36-5

Pages: 186

Price Rs. 190

கே. வேணுகோபால்

1944 மார்ச் *15*ல் மலப்புரம் மாவட்டத்தைச் சேர்ந்த எடப்பாளில் பிறந்தவர். படிப்பிற்குப் பின்னான இளமை காலம் முதலே வெளி மாநில வாசியாகி விட்டார் வேணுகோபால். நெய்வேலி லிக்னைட் கார்ப்பரேஷனின் பெர்சனல் பகுதியில் பணி. *1967*ல் நெய்வேலி கேரள சமிதியில் நடந்த கதைப் போட்டியில் கலந்து கொண்டு பரிசு பெற்றதின் மூலம் மலையாள இலக்கிய மண்டலத்தில் அங்கம் பெற்றார். இரண்டு முழு நாடகங்களும். சில ஓரங்க நாடகங்களும் எழுதி, இயக்கி நெய்வேலியில் மேடையேற்றியதுடன் நடிக்கவும் செய்தார்.

*1987*ல் மலையாள குங்குமம் வார இதழ் நடத்திய நாவல் போட்டியில் கலந்து கொண்டு முதல் பரிசான ரூ.*11111*ஐ தம்முடைய 'ஸ்லதபிம்பங்கள்' (சிதைந்த சிற்பங்கள்) நாவலுக்குப் பெற்றார். அதன்பின், 'முனைப்பு', 'சாட்சி' என இருநாவல்கள் இவரின் எழுத்தில் வெளிவந்துள்ளன. மலையாள வார, மாத இதழ்களில் ஏராளமான சிறுகதைகள் எழுதியுள்ளார். சில திரைப்படங்களுக்கு திரைக்கதை வசனமும் எழுதியவர்.

★

குறிஞ்சிவேலன்

கடலூர் மாவட்டம் குறிஞ்சிப்பாடியைச் சேர்ந்த மீனாட்சிப்பேட்டை எனும் குக்கிராமத்தில் 1942 ஜூன் 30ந் தேதி பிறந்தவர். ஆரம்பப்பள்ளி ஆசிரியராகவும், பின்பு, கால்நடை ஆய்வாளராகவும் 40 ஆண்டுகள் தமிழ்நாடு அரசில் பணிபுரிந்தவர். தமிழ் இலக்கியத் துறையில் 60 ஆண்டுகளுக்குமேல் தொடர்ந்து இயங்குபவர். 40க்கு மேற்பட்ட நூல்களை மொழிபெயர்த்துள்ளார். தன்னுடைய மொழியாக்கங்களுக்காக சாகித்திய அக்காதெமி விருது, தமிழக அரசு மொழிபெயர்ப்பாளர் விருது, திருவனந்தபுரம் தமிழ்ச் சங்க விருது உள்பட பல்வேறு விருதுகளைப் பெற்றுள்ளார். இந்திய அளவில் மொழியாக்கத்துக்கென்று 'திசை எட்டும்'காலாண்டிதழை பதினெட்டு ஆண்டுகளாக நடத்தி வருபவர். தமிழின் முதல் மொழியாக்க இதழாகும் இது.

★

படைப்பாளியின் நன்றி!

திரு குறிஞ்சிவேலனைப் பற்றி நான் கேள்விப்படத் தொடங்கி ஐந்தாண்டுகள் ஆகிவிட்டன; ஆனால் நான் நேரில் அறிமுகம் செய்து கொண்டு ஆறு மாதங்கள் தான் ஆகின்றன. மலையாள மொழியிலுள்ள சில புகழ்பெற்ற படைப்புகளைத் தமிழில் மொழியாக்கம் செய்தவர் என்னும் வகையில் தான் நான் அவரைப் பற்றிக் கேள்விபட்டுள்ளேன்.

அவ்வகையிலேயே 'சிதைந்த சிற்பங்கள்' என்னும் என்னுடைய இந்த நாவலையும் தமிழில் மொழியாக்கம் செய்ய ஆர்வம் கொண்டு ஆறு மாதங்களுக்கு முன் முதன் முதலாக என்னைச் சந்தித்தார். மலையாள மொழியில் வெளிவரும் ஏராளமான வார மாத இதழ்களைத் தான் வழக்கமாக படிப்பவர் என்றும், 1987ல் குங்குமம் (மலையாள வார இதழ்) இதழில் இந்த நாவல் முதல் பரிசு பெற்றது முதல் அவர் என்னைக் கவனிக்க ஆரம்பித்து விட்டார் என்பதும், மலையாள மொழியில் வெளியான என் சில சிறுகதைகளையும் அவர் படித்துள்ளார் என்பதையும் நான் அறிந்தபோது ஆச்சரியப்பட்டு விட்டேன். ஆக மொத்தத்தில், சென்ற ஐந்து ஆண்டுகளாக பரஸ்பரம் நாங்கள் ஒருவருக்கொருவர் நேரில் சந்தித்துக் கொள்ளவில்லை என்றாலும் ஒருவரையொருவர் நன்கு புரிந்து கொண்டிருந்தோம் என்பதுதான் உண்மை.

உண்மையில் ஒரு நூலை எழுதுவதைவிட மிகவும் கடினமானது அந்த நூலின் ஆத்ம சௌந்தரியம் சோர்ந்து போகாமல் செய்யப்படும் மொழியாக்கமேயாகும். திரு. குறிஞ்சிவேலன் இவ்விஷயத்தில் தனக்கென ஒரு நடையை அணுகுமுறையையும் தன்னுள் கொண்டுள்ளவர் என்பதை என்னால் நன்றாகவே உணர முடிந்தது. இந்த உண்மையை அவரிடம் நேரிலேயே நான் அறிந்து கொண்டேன். திரு குறிஞ்சிவேலன், தாம் மொழியாக்கம் செய்த நாவலின் தமிழ் பகுதிகளை படித்துக் காண்பிக்க, தம்முடைய வேலை நெருக்கடி மிக்க நேரங்களில் சில மணி நேரங்களை எனக்காக ஒதுக்கிக் கொண்டு அவ்வப்போது நெய்வேலிக்கு வருவார். தமிழாக்கத்தைப்

படித்துக் காண்பிப்பார். சில சமயம் சில மலையாள வாக்கியங்களுக்கு மிகச் சரியான தமிழ் அர்த்தம் கிடைக்காமல் போகும்போது, அவ்வாக்கியங்களுக்கு இணையான ஓரளவு அர்த்தம் வரக்கூடிய வேறு வாக்கியத்தைப் போடலாம் என்று நான் கேட்டுக் கொண்டாலும் அவர் அதற்கு ஒத்துக் கொள்ள மாட்டார். அதற்குச் சரியான அர்த்தமுள்ள வாக்கியம் கிடைத்த பின் தான் மேலே படிக்க ஆரம்பிப்பார். அப்போதுதான், சில சமயம் சில நூல்களை மொழியாக்கம் செய்யும்போது சில முக்கியமான வார்த்தைகளுக்குச் சரியான தமிழ் அர்த்தம் கிடைக்காமல், சில வாரங்கள் கூட தாம் தவமிருக்க வேண்டிய நிலைமை ஏற்பட்டுள்ளது என்னும் உண்மையையும் கூட அவர் என்னி டம் கூறினார். இந்த நிர்ப்பந்த புத்திதான் அவருக்கென ஒரு தனித்தன்மையை அவருக்கு அளித்திருக்க வேண்டும் என நம்புகிறேன்.

இந்த நாவலுக்குப் பரிசு கிடைத்ததைப் பற்றி ஒரு 'துணுக்குச் செய்தி' N.L.C.யின் ஹவுஸ் ஜர்னலில் வந்த போது என்னுடைய ஏராளமான தமிழ் நண்பர்கள், மலையாள மொழியில் எழுதப்பட்ட இந்நாவலை தமிழில் படிக்க முடியவில்லையே என ஏக்கம் கொண்டிருந்தார்கள். இப்போது, இதோ அந்த தமிழ் நண்பர்களின் ஏக்கம் நிறைவேறப் போகிறது. அந்த நண்பர்களின் ஏக்கத்தை நிறைவு செய்ய உதவி புரிந்த திரு குறிஞ்சிவேலன் அவர்களுக்கு எனது இதய பூர்வமான நன்றியை இங்கு முதலில் தெரிவிப்பது என் கடமையாகும்.

அன்புடன்
கே. வேணுகோபால்

நாவலைப் பற்றிச் சில வார்த்தைகள்

1987ஆம் ஆண்டில் மலையாள வார இதழ் 'குங்குமம் 'அவ்வாண்டிற்கான நாவல் போட்டியில் முதல் பரிசு பெற்ற நாவலையும் அதன் படைப்பாளியைப் பற்றியும் அறிவித்தது.

'ஸ்லத பிம்பங்கள்'(சிதைந்த சிற்பங்கள்) என்னும் நாவலை எழுதி முதல் பரிசு (ரூ.1111/–) பெற்றவர் திரு கே. வேணுகோபால், நெய்வேலி, என்னும் அறிவிப்பைப் பார்த்ததும் எனக்கே பரிசு கிடைத்ததுபோல் உணர்ந்தேன். ஆம், ஒரு– மலையாள வார இதழில் நம் பக்கத்து ஊர் நண்பர் முதல் பரிசு பெற்றார் என்றால், அது அதே மாவட்டத்தை சேர்ந்த எல்லோருக்கும் பெருமைதானே! அதனால்தான் அப்பரிசு எனக்கே கிடைத்தது போல் மகிழ்ந்தேன்.

நாவல், அதே மலையாள வார இதழான 'குங்கும'த்தில் தொடராக வெளிவர ஆரம்பித்தது. மிகுந்த ஆவலுடன் படித்தேன்; மகிழ்ந்தேன். ஒரு புதிய ஆரம்ப எழுத்தாளரால் இவ்வளவு அருமையாக சரளமாக எழுத முடியுமா? ஆச்சரியப் பட்டேன்! கேரளத்திலுள்ள ஒரு உட்கிராமத்தின் வர்ணனையும், வாழ்க்கை முறையும், பிறந்த வளர்ந்த கிராமமே ஓர் அந்நிய பிரதேசமாகி விட்டதென உணர ஆரம்பிக்கும் கதாநாயகனின் மன நிலையும், பெண்கள் விஷயத்தில் உயிர் நண்பனும்கூட துரோகம் செய்வான் என்னும் உண்மையும். மதங்கள் மனித நேயத்தையே பிரித்துச் சின்னாபின்னமாக்கி விடும் என்பதையும் படிக்கப் படிக்க, அந்த எழுத்தைத் திறம்பட கையாண்டு முள்பாதையில் நடப்பதுபோல் எச்சரிக்கையுடன் எழுதிய

எழுத்தாளரை நேரில் கண்டு பாராட்டவும், அந்த நாவலை தமிழுக்குக் கொண்டு வர அனுமதி பெறவும் முடிவு செய்தேன்.

நண்பர் வேணுகோபாலை நேரில் சந்தித்த போதுதான் அவரும் என்னைப் பற்றிக் கேள்விப்பட்டு, சந்தித்து உரையாட ஐந்தாண்டுகளாக எதிர்பார்த்துக் காத்திருந்ததை உணர்ந்தேன். நாவலை மொழிபெயர்க்க முழு சம்மதம் அளித்ததுடன், நான் மொழிபெயர்த்த நாவலைப் படித்துவிட்டு (திரு வேணுகோபால் தமிழில் எழுதப்படிக்கப் பேசத் தெரிந்தவர். ஆனால், சரளமாக எழுத முடியாது) தானே தமிழில் எழுதினால் எப்படி இருக்குமோ அப்படி அமைந்து விட்டது எனப் பாராட்டினார். நான் எப்போதும் கூறுவதுபோல் இம் மொழிபெயர்ப்பிலும் கதாசிரியரின் நடையை அப்படியே கொணர முயற்சித்தமையால்தான் அந்தப் பாராட்டு. அதுவே, என் மொழியாக்கத்துக்குக் கிடைத்த வெற்றியாகவும் கருதுகிறேன்.

'ஒரு மொழிபெயர்ப்பாளன் மூல நூலாசிரியனின் பேனாவாகத்தான் செயல்பட வேண்டும்' என்னும் என் கொள்கை இந்த நாவலிலும் வெற்றி பெற்றதாகவே எண்ணுகிறேன்.

சில மொழி பெயர்ப்பாளர்கள் பிறமொழி நூல்களைத் தமிழில் மொழி பெயர்க்கும்போது, மூல நூலின் கதாபாத்திரப் பெயர்களையும் சம்பவ இடங்களின் பெயர்களையும் தமிழுக்கு ஏற்றாற்போல் மாற்றி விடுகிறார்கள். இதை மொழிபெயர்ப்பு என்று எவ்வாறு ஏற்க முடியும்? வேண்டுமானால் தழுவல் என்று சொல்லலாம்.

உதாரணமாக, மிகயில் ஷோலக்காவ் என்னும் புகழ் பெற்ற ரஷ்ய எழுத்தாளர் 'டான் நதி அமைதியாக ஓடுகிறது' என்னும் நாவல் எழுதியுள்ளார். அந்நாவலில் அவர் பயன்படுத்திய இடங்களையும், அவ்விடங்களுக்கேற்ற கதாபாத்திரங்களையும் நம் தமிழகத்தின் காவிரி பாயும் பிரதேசமாகவும், அச்சூழலில் வாழும் மக்களாகவும் மாற்றினால் எத்துணை அபத்தமாக மாறிவிடும்? அக்கலாச்சாரம் வேறு; நம் கலாச்சாரம் வேறு. அதனால், அந்நாவலின் சூழலையும் மக்களின் பழக்க வழக்கங்களையும் சம்பவ இடங்களையும் அப்படியே மொழியாக்கம் செய்வதே சிறந்த மொழிபெயர்ப்பாகும். அதுமட்டுமல்ல, ஓர் இலக்கியம் தமிழில் மொழிபெயர்ப்பது எதற்காக என்பதை சிறிது சிந்தித்துப் பாருங்கள். அந்த இலக்கியம்

மூலம் அது தோன்றிய இடங்களையும் அங்கு வாழும் மக்களின் கலாச்சாரங்களையும் குணங்களையும் உணர்வுப்பூர்வமாக அறிந்துகொள்வதற்குதானே? அதனால், அந்நாட்டு மக்களின் பெயர்களையும் இடங்களின் பெயர்களையும் தமிழாக மாற்றினால் எப்படி அந்த இலக்கியத்தின் மூல வேரை நாம் அறிந்துகொள்ள முடியும்? அதனால்தான் என்னைப் பொருத்தமட்டில் என் மொழிபெயர்ப்பில் மூல ஆசிரியனின் பேனாவாக நான் மாறிவிடுகிறேன்.

'சிதைந்த சிற்பங்கள்' என்னும் இந்த நாவல்கூட கேரளத்தின் ஒரு உட்புற கிராமத்தில், அச்சூழலுக்கேற்ப எழுதப்பட்டுள்ளதால், நூலாசிரியர் அக்கிராம மக்களின் வட்டாரப் பேச்சு வழக்கை நிறையவே பயன்படுத்தியிருந்தார். அந்த எழுத்துதான், அந்நாவலுக்கு மலையாள வாசகர்களிடம் நிறைய பாராட்டையும் வரவேற்பையும் பெற்று தந்தது. ஆனால், அதுவேதான் என் மொழிபெயர்ப்புக்கும் ஒரு சவாலாக அமைந்துவிட்டது. ஆம், கேரள கிராமத்தின் வட்டாரப் பேச்சுவழக்கை மொழியாக்கம் செய்ய நான் கொஞ்சம் சிரமப்பட்டு விட்டேன் என்பதைச் சொல்ல எனக்கு வெட்கமில்லை. அந்தச் சிரமத்திற்கு எல்லாம் பலனாக மூல ஆசிரியரின் மனம் ஒப்பிய பாராட்டு என்னை நிம்மதியடையச் செய்தது.

இந்த நாவலை மொழிபெயர்க்க அனுமதியளித்து, அவ்வப்போது மொழியாக்கத்தைப் படித்து உற்சாகமூட்டிய மூல ஆசிரியர் திரு கே. வேணுகோபால் அவர்களுக்கும், நாவலை நல்லமுறையில் வெளியிட முன் வந்த பரிசல் புத்தக நிலைய உரிமையாளர் தோழர் செந்தில்நாதன் அவர்களுக்கும், எனது மொழிபெயர்ப்பு நூல்களுக்குத் தொடர்ந்து ஆதரவளித்து வரும் வாசகர்களுக்கும் எனது நன்றியை இங்கே வெளிப்படுத்துவதில் மிகவும் பெருமைப்படுகிறேன்.

அன்பன்
குறிஞ்சிவேலன்

6, பிள்ளையார் கோயில் வீதி,
மீனாட்சிப்பேட்டை,
குறிஞ்சிப்பாடி–607 302.

1

செண்டை மேளங்களின் சப்தம் காதுகளை அடைத்தன.

பிரசண்டமான தாளம் துரிதகதியை அடைந்தபோது வாழைத்தண்டின் முனையில், எரியும் திரிகளையேந்தி கண்கள் மூடி நிற்கும் இளைஞர்களுக்கு ஆவேசம் அதிகரித்தது. முதலில், மின்னும் திரிகளையேந்திய கைகள்தான் நடுங்கத் தொடங்கின. அப்புறம் ஒரு துள்ளல். வாழைத்தண்டையும் திரியையும் எரிந்து கொண்டிருக்கும் அக்னிக் குண்டத்தில் எறிந்துவிட்டு தங்களை மறந்து துள்ளும் இளைஞர்கள்.

பேயாட்டம் என்னும் நிலையில்.....

பெரும் செண்டைகளின் சப்தத்தோடு சேர்ந்து துரிதமான கால் அடவுகளுடன்......

அதன்பின் எரிந்து அடங்கும் தீ குண்டத்திலிருந்து கனல் கட்டைகளை வாரியெடுத்து மேலே வீசியெறிந்து அலறுகிறார்கள்:

ஹையோ...... ஹையோ.....

அவ்விடத்திற்கு அருகிலேயே கிழக்குப்புறத்தில் இருந்த பறம்பில்தான் மர வியாபாரி குண்டப்பாயியின் வீடும் இருந்தது. வாசலில் கீற்று முடைந்த வெள்ளைச் சுவருள்ள சிறிய கோயில். அதுதான் 'பறகுட்டி' கோயில்.(கிராம தேவதையின் பெயர்.) பல ஆண்டுகளுக்கு முன்பு அங்கே நிகழ்ந்த ஆண்டு விழாவைக் காண ஒருமுறை போனதுண்டு. நடுநிசி வரையில் இளமையின்

ஆவல் மலர்ந்த கண்களுடனும், சிறிய உள்பயத்துடனும் சடங்குகளைப் பார்த்துக் கொண்டிருந்ததுண்டு.

அன்றுதான் பறையைப் போன்றுள்ள பெரிய செண்டை மேளங்களைப் பார்க்க முடிந்தது. இடிமுழக்கத்தையே அவிழ்த்துவிடும் பெரிய பறைகள் அவை.

இன்று குண்டப்பாயி உயிரோடு இருக்க வாய்ப்பில்லை. அப்போது போன்று இப்போதும் ஆண்டுவிழா நடக்குமோ? பெரும் பறைகளின் சப்தத்திற்கும் புகைவண்டி இன்ஜின்களின் சப்தத்திற்கும் ஓர் ஒற்றுமை தோன்றும் – அவை இரண்டும் துரிதகதியில் மூழ்கும்போது. அதனால்தான் செண்டை மேளங்களின் பிரசண்ட நாதம் இப்போது நினைவிற்கு வருகிறது.

விடியற்காலை.

திடீரென்றுதான் அந்த ஆறு தோன்றியது. மெல்லிய குளிரில் தாலாட்டைப் போன்ற குலுக்கலில் மீண்டும் மயங்கிப் போயிருந்தான்.

கனல் கட்டைகளைப் பவிழ மணிகளைப் போன்று வாரியெறியும் இளைஞர்களின் கூச்சலைப் போல் இன்ஜினும் உரக்கக் கூவியது. தூக்கத்தின் ஆழ்ந்த இறுக்கத்திலிருந்த விழிகளைத் திறந்தபோது வெளியே காலை வெயில் நிறைந்திருந்தது.

ரயில் அப்போது ஒரு வளைவில் திரும்பிக் கொண்டிருந்தது.

ரவி ஜன்னலின் கண்ணாடிக் கதவை உயர்த்தி வைத்தான். ஒரு மிகப்பெரிய கான்வாஸைப் பரப்பியது போல் மணல் பரப்பின் வழியாக மின்னி ஓடும் ஆறு.

அந்த ஆற்றைக் காணும்போது, பாவாடை முனையை சிறிது உயர்த்திப் பிடித்து உரக்கச் சிரித்துக்கொண்டு ஓடும் ஒரு பெண்ணின் உருவம்தான் நினைவுக்கு வந்தது. அதுவும் ஒரு குறும்புக்காரப் பெண்ணின் உருவம்.

வண்டியின் உச்சநிலையிலான சப்தத்திற்கு வித்தியாசம் ஏற்பட்டிருக்கிறது. ஏதாவது ஒரு பாலத்தின் அருகில் நெருங்கி யிருக்க வேண்டும். இப்போது குறைந்த வேகத்தில் வண்டி ஓடிக்கொண்டிருந்தது.

வெகுகாலத்திற்குப்பின் செல்லும் புகைவண்டி பயணம் இது. கம்பெனியின் சென்னை அலுவலகத்திற்குப் போக

வேண்டியது இருந்ததால், சென்னை வரை விமான டிக்கெட் இருந்தது – ஆன் டியூட்டி என்ற பெயரில். அதனால், சென்னையிலிருந்து மத்திய கேரளம் வரையில் புகைவண்டிப் பயணமாக இருக்கட்டுமே என்பது அவனுடைய முடிவு.

ரவி வெளிப்புறமாக நோக்கினான்.

வெண்மணல் பரப்பிற்கு அப்பால் பச்சைத்தங்கம் புதைத்திருந்த நெல் வயல்கள். வயல்கள் முடியும் இடத்தில் தோட்டங்களின் இருள் கலந்த இலைப்பச்சை நிறம். மர உச்சிகளின் மேல்புறத்தைத் தொடும் நீல ஆகாயத்தின் நிச்சலனம்.

பல ஆண்டுகளுக்குப் பின் பிறந்து வளர்ந்த ஊரை அடையப்போகிறோம்.

பார்வைத் திரும்பி வந்தது.

கம்பார்ட்மெண்டிலுள்ள ஒரே சக பயணி; குர்தாவும் ஜிப்பாவும் அணிந்த கிழவர் குஷன் சீட்டில் சம்மணமிட்டு அமர்ந்திருந்தார். வண்டியின் ஆட்டத்தை அனுசரித்து அவர் தலையாட்டிக் கொண்டிருந்தார். பெரியவரின் முகத்தில் இப்போது தூக்கக் கலக்கமும் வெண்மையான ஜிப்பாவில் மடிப்புகளும் இருந்தன. கிழவரும் எப்போதோ கொஞ்சம் தூங்கியிருக்க வேண்டும்.

அவரின் தலையாடுவதைப் பார்த்தால், வண்டியின் ஆட்டத்தோடு சேர்ந்த பயணமும், அதிகாலை ஒளிக்கதிர்களும் இயற்கையின் இந்தப் பரபரப்பான காட்சியுமெல்லாம் ஒரு நடைமுறைகள் தான் என்பதும், அவையெல்லாம் அப்படித்தான் இருக்க வேண்டும் என்பதும், அக்கிழவருக்கு அவை ஒரு சாதாரண உணர்வும் போல்தான் தோன்றுகிறது போலும். ஒரே சக பயணியாக இருந்ததினால் அறிமுகம் செய்துகொள்ள இவன் முயற்சிக்காமலும் இருக்கவில்லை.

'மங்களூர், மங்களூர்' என்று மட்டுமே கூறியவர் மீதி நேரத்தில் மௌனம் பூண்டுதான் இருந்தார். மொழிப்பிரச்சனை உள்ளதுபோல் தோன்றியது.

வண்டி பாலத்தைப் பின்னோக்கிப் போகவிட்டிருந்தது. ஆற்றில் குளிக்கவும் ஆடைகளைத் துவைக்கவும் செய்து கொண்டிருந்த பெண்களின் ஒரு தூரக்காட்சி. புகைவண்டி

ஒரு தினசரிக் காட்சிதானென்றாலும் நனைந்த மார்புக் கச்சையோடு திரும்பி நின்று நாணத்துடன் திரும்பிப் பார்க்கும் இளம்பெண்களின் அழகே மனதைக் கொள்ளை கொண்டது. மணல்மேல் ஓடி விளையாடும் பத்து வயதுச் சிறுவர்களின் மகிழ்ச்சியும் கரைபுரண்டது.

குழந்தைகள் புகைவண்டிக்கு நேரே கைகளை உயர்த்தி வீசி ஆர்ப்பரித்தார்கள். இன்ஜினின் சப்தத்தில் அமுங்கிப் போகும் இளம்பருவ மகிழ்ச்சியின் கிண்டல்கள்.

கிழவரும் வெளியே நோக்கிக் கொண்டிருந்தார்.

'அளவுக்கு மீறிய சுபாவம், அளவுக்கு மீறிய பழக்கம்' என்று கிழவர் சொல்லவில்லை; தலையை மட்டும் குலுக்கிக்கொண்டார்.

தூரத்தில் ஜோடி முண்டை அணிந்து நடந்து வரும் பெண்ணுக்கு சியாமளா அண்ணியின் சாயல் உண்டோ?

சியாமளா அண்ணியும் இந்த ஆற்றிலேதான் குளிப்பாள். திருமணம் முடிந்து வந்தவுடன் குளிக்கும் அறையில்தான் குளித்துக் கொண்டிருந்தாள். நாள் செல்லச் செல்ல பக்கத்து வீட்டுப் பெண்களுடன் சேர்ந்து அதிகாலையிலேயே ஆற்றுக்குப் போகத் தொடங்கினாள். சியாமளா அண்ணி மட்டுமல்லாமல் ராதா அண்ணனும் எப்போதாவது விருந்துக்கு வரக்கூடிய அத்தையும் அம்பிகாவும் கூட இந்த ஆற்றில்தான் குளிப்பார்கள். அப்புறம் சுலேகா. ஆனால், இந்த சுலேகா வயதுக்கு வந்த பின் ஆற்றுக்குப் போவதில்லை என்று தோன்றுகிறது.

ஒருமுறை சுலேகா குளிக்கும்போது தண்ணீருக்கடியிலேயே முங்கிச் சென்று அவளின் அருகே மேலெழும்பினான். அவள் திடுக்கிட்டுப் போய் கூவிவிட்டாள். முகத்திலிருந்து குளி டவலை எடுத்துவிட்டு உரக்கச் சிரித்ததும் கோபத்தினால் அவளுடைய முகம் சிவந்துவிட்டது.

"உனக்கு எப்போதான் விளையாட்டுன்னு இல்லியா... நான் அப்பாகிட்டே சொல்லிடுவேன், தெரிஞ்சிக்கோ."

அன்று அவள் ஏழாவதோ எட்டாவதோ படித்துக் கொண்டிருந்தாள். தான் பத்தாவது படித்துக்கொண்டிருந்த நேரம் அது. மறுநாள் காலையில் புத்தகக் கட்டுடன் அவளுடைய வீட்டு வாசலைத் தாண்டிப் போகும்போது, அவளும் பள்ளிக்கூடம் செல்லத் தயாராகி தோழிகளுக்காகக் காத்துக் கொண்டு நின்றிருந்தாள்.

“அப்பாக்கிட்ட சொன்னியா?” என்று கேட்டதும் அவள் முதலில் முகத்தைத் திருப்பிக்கொண்டு நின்றாள். அப்புறம். “கோபமா?” என்று கேட்டவுடன் இல்லையென்னும் அர்த்தத்தில் கண்களைச் சிமிட்டினாள். அதன்பின் அவள் புன்னகைக்கவும் செய்தாள்.

வண்டி ஸ்டேஷனை நெருங்கிக்கொண்டிருந்தது. சுலேகாவும், அம்பிகாவும், சியாமளா அண்ணியும், ராதா அண்ணனும் உள்ள என் சொந்த ஊருக்கு நான் இதோ வருகின்றேன்.

ரவி சீட்டிலிருந்து எழுந்துகொண்டான். பொழுது வெளுக்க ஆரம்பித்தவுடனேயே ஹோல்டாலை மடக்கிக் கட்டி வைத்தாயிற்று. சக்கரங்கள் மூலம் நகரக்கூடிய இரண்டு பெரிய சூட்கேஸ்களையும்கூட வாசற்படியருகே நகர்த்தி வைத்தாகிவிட்டது. பேக்கை எடுத்து தோளில் தொங்கப் போட்டாகிவிட்டது.

ரயில் வெளிச்சம் குறைந்த இடத்திற்குச்சென்று நின்றது. கதவைத் திறந்து கீழே இறங்கினான். பிளாட்பாரத்தில் பயணிகள் காத்துக்கொண்டு நின்றார்கள். அவர்கள் வண்டி நின்றவுடன் வேகமாக பாய்ந்தேறினார்கள். வண்டி இங்கே இரண்டு நிமிடங்கள்தான் நிற்கும். முதல் வகுப்பில் உள்ளதுபோல் இல்லாமல் இரண்டாம் வகுப்பு கம்பார்ட்மென்டு களில் ஒரே கூட்ட நெரிசல். மக்கள் வாயிற்படியிலேயே தொங்கிக்கொண்டிருந்தார்கள்.

ஸ்டேஷனுக்குப் பெரிய மாற்றம் ஒன்றுமில்லை. இரும்புத் தூண்களில் தொங்கிக்கொண்டிருந்த டூரிஸ்ட் சென்டர்களின் பெரிய கலர்ப் படங்கள் நிறம் மங்கியிருந்தன.

இந்தியாவிற்கு வாருங்கள்.

இந்தியாவைச் சுற்றிப் பாருங்கள்.

டிஸ்கவர் இந்தியா... கோவளம், மகாபலிபுரம்...

கருவாட்டினுடையதும், ஊறல் பாக்கினுடையதுமான மணம் ஃபிளாட்பாரம் முழுமைக்கும் பரவியிருந்தது. முந்தைய பழக்கப்பட்ட நாற்றம்தான்.

நுழைவு வாயிலில், முகத்தில் நரைத்த குட்டை ரோமங்களுடன் வெள்ளை யூனிஃபாரமணிந்த ரெயில்வே அதிகாரியின் கண்கள், முதலில் போர்ட்டர் கொண்டுபோகும்

பெட்டிகளின் மேலும், பின் அவைகளின் உரிமையாளர்கள் மீதும் சுழன்றன. தனக்கு எல்லாம் புரிந்துவிட்டது என்னுமொரு பாவனை அவருடைய முகத்தில் ஒளிந்து இருந்தது. டிக்கட்டிற்காக கையை நீட்டியவாறு அவர் முகத்தை நோக்கினார்.

டாக்ஸியில் ஏறி அமர்ந்துகொண்டதும் ரவி வெளியே நோக்கினான். சாலைக்கருகில் குப்பை கூளங்களுக்கிடையே வரிவரியாக டாக்ஸிகள் நிறுத்தி வைக்கப்பட்டிருந்தன. ராத்திரி மழை பெய்ததுபோல் தோன்றுகிறது. நனைந்த மண். புத்தகக் கட்டுக்கு மேலே டிபன் பாத்திரத்தையும் மார்போடு அணைத்துப் பிடித்து பஸ்ஸுக்காகக் காத்துக்கொண்டு நிற்கும் இளம் பெண்கள். குளித்து முடித்து உலர்த்த விட்டிருந்த அவர்களின் முடியிலிருந்து நீர்த்துளிகள் விழுகின்றனவோ? எல்லோரும் டியூட்டோரியல் கல்லூரிக்குப் போவார்கள் போலருக்கிறது. இல்லையென்றால் இந்த நேரத்தில்....

காரை ஸ்டார்ட் செய்தபோது டிரைவர் மெல்லிய குரலில் என்னவோ கேட்டான், ஹோட்டலிலிருந்து பிரவகித்து வரும் உச்சநிலையிலான சினிமா பாட்டிற்கு இடையே அது கேட்கவில்லை. டிரைவர் சிகரெட் துண்டை வீசியெறிந்து விட்டு முகத்தைத் திருப்பிக் கேட்டான்:

"மேற்கேதானே?"

"ஆமாம்."

"தட்டான் படிக்கல்லேர்ந்து திரும்பணும், இல்லே?"

'இவனுக்கு எப்படித் தெரியும்?' என்று யோசித்துக் கொண்டே முனகினான்.

டிரைவர் வண்டியை ஸ்டார்ட் செய்துக்கொண்டெ சொன்னான்: "எனக்கு மொதல்ல பார்த்ததும் அடையாளம் தெரியல. ஆத்தங்கரைக்குப் போற வழியில நெல்லு வயக்காட்டுக்கு அக்கரையிலவுள்ள வூட்டு...?"

"ஆமாம்..."

"என்னோட வூடும் அங்கே பக்கத்துலதான் இருக்கு. பாணேக்காட்ணு சொல்லுவாங்க."

"ஓ, அதுவா! பாணேக்காட்ல வாசுதேவன்னு ஒருத்தரு இருந்தாரு..."

"ஆங்... ஆங்..." டிரைவருக்கு உற்சாகமாகிவிட்டது. "நான் அவரோட பிரதர்தான்."

பெரும்பறம்பு துவக்கப் பள்ளியில் படிக்கும்போதுதான் வாசு வகுப்புத் தோழனாக இருந்தான். பள்ளியிலிருந்து வரும் வழியில் புத்தகக்கட்டை கரையில் வைத்துவிட்டு நிறைந்திருக்கும் காயல் நீரில் குதித்து நீந்தி சாகசம் காட்டும் வாசு...

"வாசு அண்ணன் இப்போ சவுதீல இருக்கார்." வாசுவின் சகோதரன் கூறினான்: " இந்தத் தடவ லீவுல வந்தப்பதான் இந்த வண்டிய வாங்கிக் கொடுத்தாரு."

"ஓஹோ, உன்னோட பேரு?"

"பாஸ்கரன்... வண்டி செகனான்டுதான். ஒரே ஓனரு ஓட்டிக்கிட்டு இருந்ததால நல்ல நெலமையில இருக்கு."

கார் வளைவில் திரும்பி அகலமான சாலையில் ஏறிற்று.

"நீங்க இப்ப எங்கே இருக்கீங்க? கல்ப்லன்னுதான் நெனக்கறேன்!"

"எப்படித் தெரியும்?"

"பொட்டியப் பார்த்தாலே தெரியுமே? இனிமே பொட்டிக்கூட வேணாம். ஆளைப் பார்த்தாலே டாக்ஸிக்காரங்களுக்குத் தெரிஞ்சிடும், எங்கேர்ந்து வராங்கன்னு."

அலறிப் பாய்ந்துவரும் ஒரு லாரியைக் கண்டதும் பாஸ்கரன் ப்ரேக்கை மெதித்து காரை சைடுக்குத் திருப்பினான். தாண்டிப்போன லாரியைத் திரும்பிப் பார்த்து முணுமுணுக்கவும் செய்தான்.

"அவனோட கடேசி டிரிப்புதான் இது. நேஷனல் ஹைவேசு அவனுங்களோட பாட்டனோடதுன்னு நெனப்பு..."

பின் ரவிக்கு அதைப்பற்றி விவரித்தான். இவையெல்லாம் கோயம்புத்தூரிலிருந்து வருகின்ற லாரிகள். முரட்டு டிரைவர்கள். மற்ற வண்டிகளுக்கு சைடே கொடுக்க மாட்டார்கள்.

"அவனுங்களோட வவுரு முழுக்கச் சாராயம்தான் இருக்கும்"– அந்த முரட்டு டிரைவரின் செய்கைக்குக் காரணத்தையும் கூறினான் பாஸ்கரன். ஹைவேஸ் ஆனதுக்கப்புறம் ரோடுமூலமா வண்டிய ஓட்டறதே முடியாமப் போயிட்டது..."

இப்போது சாலையில் இருபக்கங்களிலும் பசுமை நிறைந்த நெல்வயல்களாக இருந்தன. கதிர் வரத் தொடங்கும் பசுமையைத் தழுவி வரும் காற்றிற்கு ஈரப்பதம் இருந்தது. பார்த்துக் கொண்டிருக்கும்போதே வயல்கள் பின்னோக்கி மறைந்தன. அதன்பின் வீட்டுமனைகள். தென்னையும் மற்ற மரங்களும் முன்னே இருக்க மறைந்தும் மறையாமலும் காணும் புதிய கான்கிரீட் கட்டிடங்கள்.

டாக்ஸி தார் சாலையிலிருந்து குறுகலான ஊராட்சி சாலைக்குள் திரும்பியது. குண்டும் குழியும், பெயர்ந்து மேலெழும்பிக் கிடக்கும் கருங்கல் சில்லுகளும் உள்ள பாதையின் வழியாக கார் மெல்ல நகர்ந்தது.

உயரமான மனைகளில் கட்டிடம் கட்டும் வேலையில் ஈடுபட்டிருக்கும் வேலைக்காரப் பெண்கள் காரினுள்ளே சாடையாகப் பார்த்தார்கள். அதன்பின் ஒருவருக்கொருவர் கிசுகிசுத்துக் கொண்டு சிரித்தார்கள்.

நண்பன் இராமகிருஷ்ணன் சென்றமுறை ஊருக்குப் போய் வந்தபோது சொன்னதுதான் இப்போது நினைவுக்கு வந்தது.

“கல்ஃப்காரன்னு சொன்னாலே இப்போது ஊருலவுள்ளவங்களுக்கு வெறுப்பாருக்குடா...”

தன்னிடமும் கல்ஃப்காரனின் கோமாளிமுகத்தைப் பார்த்துவிட்டுதான் இந்தப் பெண்கள் சிரித்தார்களோ?

வயல்கள் தொடங்கும் இடத்தில் சாலை அகலம் குறைந்த நடைபாதையாக மாறுகிறது. முன்னால் கீற்று முடைந்த டீ கடை. வாசல் வரையில் இறக்கிக்கட்டிய நீண்ட இடத்தில் சில பெஞ்சுகளும் டெஸ்குகளும் கிடந்தன.

டிரைவர் பாஸ்கரன் டிக்கியைத் திறந்து சூட்கேஸை எடுத்து வெளியில் வைத்தான்.

கடையின் உள்புறத்திலிருந்து வெளுத்து மெலிந்த முஸ்லீம் பெரியவர் வெளியே வந்தார். நெற்றியில் கையை வைத்து வெயிலை மறைத்துக்கொண்டு வந்தவனை ஆச்சரியத்துடன் கூர்ந்து நோக்கிச் சிரித்தார்:

“அடே! ஆருடாது....!”

“நான்தான், பாப்புட்டிக்கா!”

"அப்ப எங்கள மறக்கலியா? மெயிலிலா வந்தே?"

"மெயிலிலதான்."

ரவி பர்ஸை எடுத்தபோது டிரைவர் ஒரு சலுகைக் காண்பிப்பதுபோல், "சில்லறை இல்லேன்னா நான் அப்புறமா வந்து வாங்கிக்கறேன்" என்று கூறினான்,

"இருக்கு, எவ்வளவாச்சு?"

நூறு ரூவாக் கிட்டதானே ஆயிருக்கு?" பணத்தைப் பெற்றுக்கொண்டு, காரை ரிவர்ஸில் எடுக்க தொடங்கும்போதுதான் பாஸ்கரன்––––

"ஏதாவது அவசியம்னா நான் ஸ்டேஷனிலேதான் இருப்பேன், வரட்டா?" என்று ஞாபகப்படுத்தினான்.

பாப்புட்டிக்கா இழுத்துக் கொண்டிருந்த சுருட்டுத் துண்டை நிலத்தில் போட்டு மெதித்துக்கொண்டே பெட்டிகளை எடுத்தார். மற்ற லக்கேஜுகளை எடுத்துக் கொண்டு ரவியும் கடைக்குள் புகுந்தான்.

" ஒக்காரு" – பாப்புட்டிக்கா கூறினார்.

கடையில் காலைநேரப் பரபரப்பு முடிந்துவிட்டிருந்தது. அடுப்பிலிருக்கும் பெரிய பாத்திரத்திலிருந்து கொதி வரும்போது அசையும் செப்பு நாணயத்தின் சப்தம் மட்டும் கேட்டுக் கொண்டிருந்தது.

பாப்புட்டிக்கா வேகமாக டீ போட்டு, கிளாஸ் நிறைய நிரப்பி முன்னால் கொண்டுவந்து வைத்து, "இன்னும் என்னா வேணும்?... கொடுக்கறதுக்கு நேந்தரம் பழம்கூட இல்லே ..."

டீயை ஊதிக் குடித்துக்கொண்டே ரவி கடை முழுவதும் கண்களைச் சுழற்றினான். இந்த வியாபார இடத்திற்கு மாற்றமொன்றையும் கொண்டுவர முடியவில்லை. ஒருபகுதியில் கண்ணாடி பிரேமிட்ட மேஜைக்குள்ளே புட்டுத் துண்டுகளுடன், மஞ்சள் தூள் போட்டு வேக வைத்த மரவள்ளிக் கிழங்கும் இருந்தன.

கடைக்கு மாற்றம் இல்லைதான். ஆனால், மக்களுக்கோ?

பாப்புட்டிக்கா கொஞ்சம் கிழவனானதுபோல் தோன்றியது. தோன்றுவது மட்டுமல்ல, அதுதான் உண்மையும்கூட.

ஆண்டுதோறும் வளர்ந்து வரும் வயது. பாப்புட்டிக்காவுக்கு இப்போது என்ன வயது இருக்கும்? ஐம்பத்தைந்து...? அறுபது...?

சுலேகாவுக்கோ?

சுலேகா இங்கே இல்லையோ?

"என்ன விசேஷம், பாப்புட்டிக்கா?"

"எப்படியோ, அப்படியிப்படி உருண்டு புரண்டு நீ கொஞ்சம் நல்லாருக்கே போலிருக்கு" என்று பாப்புட்டிக்கா கூர்ந்து நோக்கி ஒரு புன்னகையுடன் கூறினார். "இப்போ எங்கேருக்கே? துபாய்லா?"

"அபுதாபி – அபுதாபிக்குப் பக்கத்துல..."

" நீ அங்க போயிகூட கொஞ்ச காலமாயிட்டதுல்ல?"

"அக்காங்..."

"போனப் பின்னால லீவுக்குக்கூட வரலதானே?"

"இல்ல."

"அங்க இப்ப என்னா உத்தியோகம்?" என்று கேட்ட பாப்புட்டிக்கா, "நான் வேற என்னத்தக் கேக்கப் போறேன்?" என்றார்.

"அப்புறம், அரபு நாட்லேர்ந்து நம்மோட மலபாருக்காரங்களயெல்லாம் திருப்பி அனுப்பப் போறதா கேள்விப்பட்டேனே... மோசம்னு சொல்ல முடியாத ஒரு தொழிலயில்ல வுட்டுட்டுப் போனே நீ?" என்று கேட்டார்.

பதில் ஒன்றும் சொல்லவில்லை. சொல்லுவதற்கு ஒன்றும் இல்லை. சொல்வதெல்லாம் உண்மைதான். நல்லதொரு வேலையில் இருந்தவன்தான். தமிழ்நாட்டில் ஓணம் பண்டிகை கொண்டாடாத ஊரென்றாலும்... பெர்ட்டிலைஸர்ஸ் அண்ட் அலைட் இன்டஸ்ட்ரீஸ். டிப்ளமோ இன்ஜினியர் பயிற்சி பெற்றவர்கள் தேவை என்று பத்திரிகையில் விளம்பரத்தைப் பார்த்து எழுதிப் போட்டதுதான். இடம் எங்கே என்றுகூட அறிந்து கொள்ளவில்லை. சில வாரங்களுக்குப் பின் இன்டர்வ்யூ கார்டு கிடைத்தது. சேலத்தில் ரயிலிலிருந்து இறங்கி பின் நீண்டதூரம் பஸ் பயணம். நல்ல வேளை... அதே பஸ்ஸில் அதே இன்டர்வ்யூவிற்காக வேறு சில மலையாளிகளும் இருந்தார்கள்...

மீண்டும் ஒரு மாதம் சென்றது – அப்பாய்மெண்ட் ஆர்டர் கிடைப்பதற்கு...

நைட் ஷிப்டும் வேதனை இல்லாத ஓவர் டைம் எல்லாம் இருந்ததென்றாலும், வாழ்க்கை துன்பம் ஒன்றும் இல்லாமல் முன்னேறிக்கொண்டிருந்தது. கம்பெனியைச் சேர்ந்த குவார்ட்டர்சில் க்ளப்டு அக்காமெடேஷன், பரப்பனங்காடிக்காரனான ராமன் நாயரின் தரமிகுந்த சமையலுள்ள மெஸ்.

அறைத் தோழன் இராமகிருஷ்ணன்தான் அப்போது ஒருமுறை டவுன்ஷிப்பிலிருந்த கெஸ்ட்ஹவுஸுக்கு அழைத்துச் சென்றான். பம்பாயிலிருந்து வந்த ஒரு இன்டர்வ்யூ பார்ட்டி கல்ப்ஃபிற்குத் தேவையான உத்தியோக நபர்களைத் தேடி கெஸ்ட்ஹவுஸில் முகாமிட்டிருந்தார்கள். வெகுகாலமாக இராமகிருஷ்ணனுக்குக் கடல் கடந்து சென்று வேலை செய்வதற்கு ஒரே மோகமாக இருந்தது.

பயோடேட்டா எழுதிக்கொடுத்தான். இன்டர்வ்யூ முடிந்தது. சிவப்பு முகமுள்ள ஆங்கிலேயன் திருப்தியுடன் கை குலுக்கினான்....

அவ்வாறு, ஒரு உஷ்ண மிகுந்த மாலை நேரத்தில் இராமகிருஷ்ணனுடன் சேர்ந்து அபுதாபியின் மண்ணில் விமானத்திலிருந்து இறங்கினான். மறுநாளே ஒரு பெரிய பெட்ரோலியம் கம்பெனியில் பணியில் சேர்ந்தான். அன்று சாயங்காலம்தான், தன்னுடைய பதவியின் பெயர் இஞ்ஜினியர் அல்லவென்றும் சாதாரண டெக்னிஷியன் தான் என்றும் தெரிந்தது. பெயிண்ட் அடிக்கும் வேலை முதல் ஹைபிரஷர் வெல்டிங் வரை தானே செய்ய வேண்டியதிருந்தது.

“பரவாயில்ல ரவி. ஊருக்குப் பொண்ணு பாக்கப் போவும்போது என்ஜினியருன்னு சொல்லிக்கலாம். இங்க இருக்கற வரைக்கும் டெக்னிஷியன்னு வேண்னாலும் சொல்லட்டும். கழுதன்னு வேண்னாலும் கூப்பிட்டுக்கிட்டும். நமக்கு அக்ரிமென்டுல உள்ளதுபோல பைசா கெடைச்சுடுமில்லே...’ என்று இராமகிருஷ்ணன் கூறினான்.

ஒரு பெரிய குடும்பத்தின் சுமை இராமகிருஷ்ணனின் தோளில் அமர்ந்திருந்தது. ஆனால், தன் குடும்பம்–?

அபுதாபியை அடைந்தபின் ஒரு மாதம் கழிந்துதான் ரவி தன் சகோதரனுக்கு ஒரு கடிதம் எழுதினான் –

"டீய குடி – ஆறிப் போவும்" என்று பாப்புட்டிக்கா நினைவுப்படுத்தினார்.

டீயைக் குடித்து முடித்த பின் எழுந்துகொண்டான்.

"இன்னா குழந்தே, வர்ற விஷயத்த எழுதிட்டுத்தானே வந்தே?"

"ஏன்? அதென்ன அப்படிச் சொல்றே?"

"இங்க எனக்காக காத்துட்டு இருக்கறவங்க யாரு இருக்காங்க– பாப்புட்டிக்கா?"

"அதென்ன அப்படிச் சொல்றே, யாருமில்லேன்னு? அப்படின்னா அண்ணன்? பெரியம்மாவோட மவன். இங்கருக்கற அண்ணன்தானே வரணும்...?"

"அப்படின்னுல்ல..."

"அப்புறம் அண்ணி. நல்ல குணசாலிப் பொண்ணாச்சே!..."

கண்கள் மீண்டும் ஒருமுறை கடை முழுவதும் சஞ் சரித்தன. பாப்புட்டிக்கா வீடும் கடையுடன் சேர்ந்துதான் இருந்தது. கடையின் உட்புறத்திலிருந்து அங்கே செல்ல ஒரு வாசல் இருந்தது. உள்ளிருந்து மெல்லிய வளையல் சப்தம் கேட்கிறதோ? இல்லை. செப்பு நாணயம் பாத்திரத்தில் உருளும் சப்தம் மட்டும்தான் கேட்கிறது.

"பிஸினெஸ்ஸெல்லாம் எப்படி?" –– ரவி கேட்டான்.

"என்ன பிஸினஸு? இங்க ரெண்டு எருமைங்களும் நாலு கன்னுக்குட்டிங்களும் இருக்கு. மெனக்கிட்டா சாப்பாட்டுக்கான நெல்லு கெடைக்கும். காலையிலதான் இந்த யாபாரமும். பெரிய லாபம் ஒண்ணுமில்ல."

இனிமேல் சுலேகாவைப் பற்றித்தான் கேட்கவேண்டும். அவளுக்குக் கல்யாணம் முடிந்து ஒன்றோ இரண்டோ குழந்தைகளும் பிறந்துவிட்டிருக்கும்...

குனிந்து பெட்டியை எடுக்கும்போது பாப்புட்டிக்கா தடுத்தார்.

"பையனப் கூப்படறேன். ஒரு பொட்டிய அவன் எடுத்துப்பான்... ரஸாக்கூ..."

குழந்தைத்தனம் மாறத் தொடங்கிய இளைஞன் வெளியில் எங்கிருந்தோ வெளிப்பட்டான். ரவியைக் கண்டதும் கபடில்லாமல் சிரித்தான்.

"ரஸாக் பெரிய ஆளாயிட்டான் போலிருக்கே--இப்போ எந்த வகுப்புல படிக்கறான்?"

"ஒம்பதுல."

"குட். படிப்பெல்லாம் எப்படி?"

ரஸாக் சிரித்துக் கொண்டான். அந்த சந்தர்ப்பத்தைப் பயன்படுத்தி இருவரிடமும் கேட்டான்.

"சுலேகா எங்கே?"

"ஆபீஸுக்குப் போயிருக்காங்க" - ரஸாக்குதான் சொன்னான்.

"ஆபீஸா?"

"அத நான் சொல்லலியா?" பாப்புட்டிக்கா இடையில் புகுந்தார்.

"அவ இப்போ உத்தியோகத்திலேல்ல இருக்கா. நம்ம மம்முட்டி ஹாஜ்யாரோட ஃபாக்டரில அவளுக்கு டைப்படிக்கற வேலை கெடைச்சிருக்கு."

"டைப்பிஸ்ட்..." ரஸாக் சொன்னான்.

"அக்காங்... அவளுக்கு ரெண்டெழுத்துச் சொல்லிக் கொடுத்தேன். பத்தாவது பாஸானதும் டைப் கத்துக்கவும் வுட்டேன். பொண்ணா இருந்தாலும் சொந்தக் கால்ல நிக்கறது நல்லதுதானே?"

"சரிதான்."

"ஹாஜியாருக்கு இப்ப நெலமை மோசம்தான். ஃபாக்டரிய விக்கப்போறாங்கன்னும் சொல்லிக்கறாங்க. சரி போற வரைக்கும் போகட்டுமே. இப்ப அதுக்கு என்ன?"

"போவட்டுமா? சாயங்காலம் பாக்கலாம்."

தமிழில்: குறிஞ்சிவேலன்

"போனதும் குளிச்சிட்டு கொஞ்சநேரம் தூங்கு. விமானத்திலும், வண்டியிலும் தூக்கமில்லாம வந்திருக்கீயே?"

கடையிலிருந்து இறங்கும்போது சுலேகாவைப் பற்றித்தான் நினைத்தான். அவள் இப்போது எப்படி இருப்பாள்? உத்தியோகத்தில் இருப்பதாகத்தானே சொன்னார்கள்!

பக்கத்தில் இருந்ததினால் தினந்தோறும் வீட்டுக்கு ஓடி வந்துவிடுவாள் சுலேகா. சியாமளா அக்காவிற்கும் அவளைப் பிடிக்கும். தாயில்லாத பெண்.

"அண்ணா" என்று அழைத்துக்கொண்டே தன் வகுப்பு புத்தகத்துடன் அவன் அருகில் வந்துவிடுவாள்.

இந்தக் கணக்கை எப்படிப் போடுவது?

இந்த வார்த்தைக்கு என்ன அர்த்தம்?

படிப்படியாக 'அண்ணா' என்னும் அழைப்பு நின்றுவிட்டது. வார்த்தைகளைவிட பார்வைக்குத்தான் அர்த்தம் தேவைப்பட்டது.

வேலை கிடைத்து முதல் விடுமுறையில் வந்தபோது சுலேகா இளம்பெண்ணாக மாறியிருந்தாள். கன்னத்தில் வானவில்லும் கண்களில் ஒளியுமுள்ள ஒரு பெண்ணாக இருந்தாள். பார்த்தவுடனே தாவணித் தலைப்பை தலையின்மேல் இழுத்துப் போர்த்திக் கொண்டு முகத்தைத் தாழ்த்தினாலும் அதன்பின் அவள் வீட்டுக்கே வந்தாள். ஒருமுறை சியாமளா அண்ணியுடன் சினிமாவிற்குக்கூட வந்தாள்.

சுலேகாவைப் பார்க்க வேண்டும்.

ரஸாக் பெட்டியுடன் வயல்வெளியில் இறங்கி இருந்தான். மீதியுள்ள பெட்டியையும் மற்றவைகளையும் எடுத்துக் கொண்டு ரவி இறங்கினான்.

காலை வெயிலுக்குச் சூடேறத் தொடங்கியிருக்கிறது.

★

2

சியாமளா அண்ணிக்கு முகத்தில் மகிழ்ச்சியைவிட அதிகமாகப் பிரமிப்புதான் உண்டாகியிருந்தது. நம்ப முடியாத பாவனையில் முணுமுணுத்தாள் :

"ரவி!"

ரவி சிரித்தான்.

"அது சரிதான். பிரமிப்பைப் பார்த்தபோதே நெனச்சேன், அண்ணிக்கு ஆளை அடையாளம் தெரியலேன்னு!"

"அப்புறம்... அப்புறம்... புரியல! என்னா இப்படி திடீர்ன்னு – ஒரு தகவலும் இல்லாம..."

"ஒரு சர்ப்ரைஸா இருக்கட்டுமேன்னுதான். அந்த விஷயத்துல நான் ஜெயிச்சுட்டேன்ல?"

"ஆமாம்... ஆமாம். ஜெயிச்சுட்டேதான்" சியாமளா சிரித்தாள்.

"கடுதாசிதான் அடிக்கடி போடமாட்டேங்கறே. வருஷத்துக்கு ஒன்னுதான் போடறே. ஆனா, வர்ற விவரத்தக் கூடவா ஒரு கடுதாசி எழுதித் தெரியப்படுத்தக்கூடாது?"

ரவி பிளாஸ்டிக் பின்னிய வட்டவடிவ நாற்காலியில் அமர்ந்து ஷூ லேஸை அவிழ்க்கத் தொடங்கினான்.

"ராதா அண்ணன் எப்ப வருவாரு?"

"சாயங்காலமாயிடும். நீ வந்திருக்கறது தெரிஞ்சா நேரத்திலேயே வந்திடுவாரு!"

ஷூவைக் கழட்டி ஒரு மூலையில் நகர்த்திவிட்டு நிமிர்ந்தான்.

"ஆமாம்... இங்க திருடனுங்க தொந்தரவு ஏதாச்சும் உண்டா?"

"திருடனுங்களா?"

"திருடனுங்களோ கொள்ளைக்காரனுங்களோ யாரோ? நீங்க கதவைத் திறக்கும்போதே கத்தியக் கையில பிடிச்சிக்கிட்டு இருந்தீங்களே!"

"ஐய்யயோ, சாரிப்பா" – சியாமளா கத்தியைப் பார்த்துக்கொண்டே சிரித்தாள்.

"ஆமாம்பா, நான் கூட்டுக்காக காய்கறிங்கள நறுக்கிக்கிட்டிருந்தேன். இந்த நேரத்துல இங்க விருந்தாடிங்க ஒண்ணும் வர்ற பழக்கமில்ல. வாசக் கதவத் தட்டினதும் யாருன்னு பாக்கற அவசரத்துலதான்... இங்கொண்ணும் பயப்பட வேணாம். இதக் கொண்டுபோய் வச்சிட்டு வறேன்."

சியாமளா திரும்பி வந்தபோது குளித்து முடித்து முனை மட்டும் கட்டப்பட்டிருந்த தலைமுடிக்கிடையில் துளசி இலைகள் இருந்தன. சியாமளா அண்ணி கொஞ்சம் தடித்து விட்டாளோ?

முன் வராண்டா முழுவதும் கண்களைச் செலுத்தினான். நான்கு பிளாஸ்டிக் நாற்காலிகளும் டீப்பாயும் புதியதாக வாங்கியது என்று தோன்றுகிறது. மரத்தாலான ஈஸிச்சேர் பழைய இடத்திலேயே இருந்தது. வாயிற்படியோரம் ஆகக் கூடி குறுகிவிட்டது போல் தோன்றியது. முன்பே அதுபோல் தோன்றக்கூடியதுதானே என்னும் நினைவு வந்தது.

வராண்டாவிலிருந்து போகக்கூடிய தனியறையின் வாசல் கதவு அடைக்கப்பட்டிருந்தது. அதுதான் தன்னுடைய அறை. எழுந்து கதவைத் தள்ளித் திறந்தான். கட்டிலும் சுருட்டி வைத்த மெத்தையும், மேஜையும் நாற்காலியும் எல்லாம் அப்படியேதான் இருந்தன. மர அலமாரி மூடியிருந்தது. அவ்வப்போது வாங்கி வைத்த புத்தகங்கள் அதனுள்ளே இருக்கும்.

"பழைய எடத்தப் பாக்கறாப்போல இருக்கு?" பின்னாலிருந்து சியாமளா கேட்டாள்.

“எல்லாத்தையும் அப்படியேதான் பிரஸர்வ் செஞ்சி வைச்சிருக்கேன். எப்போதாச்சும் யாராவது விருந்தாடிங்க வரும்போது மட்டும்தான் இந்த ரூம உபயோகிச்சுக்கறோம். நான் கொஞ்சம் பெருக்கிச் சுத்தப்படுத்திடுறேன்.....,

நாற்காலிக்குத் திரும்பினான். டீப்பாயில் கிடந்த தின சரியை எடுத்துப் பிரித்தான்.

சியாமளா சுறுசுறுப்பாக அறையைப் பெருக்கிச் சுத்தப் படுத்திய பின் படுக்கையை விரித்தாள். பழைய பெட்ஷீட்டுடனும் துடைப்பத்துடனும் உள்ளே போகும்போது, “ரவி எந்த வழியா வந்தே? கொச்சியிலா ப்ளேன் எறங்கின?” என்று கேட்டாள்.

“இல்லல்ல. மெட்ராஸ் வரைக்கும் ப்ளைட். மெட்ராஸ்ல கம்பெனி காரியம் ஒண்ணுக்காக வந்தேன். அங்கேர்ந்து இங்க மங்களூர் மெயில்ல...”

“கஷ்டம்தான்! வர்றத தெரிவிச்சிருந்தா நாங்க ஸ்டேஷனுக்கு வந்து காத்திருந்திருப்போமே?”

“ஆமாம், நான்தான் எந்தக் கஷ்டமுமில்லாம வந்துட்டேனே!”

“கஷ்டம் ஒண்ணுமில்ல. அண்ணன் வந்தாருன்னா குறைப்பட்டுப்பாரு, பார்த்துக்கோ!”

“எதுக்கு? நான் வந்ததுக்கா?”

“ஆமாம்! வந்ததுக்குத்தான்!” சியாமளா வருத்தப்பட்டாள். பெட்ஷீட்டையும் மற்றவற்றையும் திண்ணையில் வைத்துவிட்டு தரையில் இருந்த பெட்டியை எடுக்கத் தொடங்கியபோது ரவி கூறினான்: “வேண்டாம்ணி, நல்ல வெயிட்டா இருக்கும்.”

“பாக்கறேனே” என்று பெட்டியை அறைக்கு எடுத்துச் சென்றபோது ரவி ஹோல்டாலை யும் பேக்கையும் எடுத்தான்.

“டிரெஸ் மாத்துறதுக்குள்ள டீ ரெடி. போதுமா?”

“மொள்ள தயாரிச்சா போதும்.”

பனியனையும் கைலியையும் அணிந்து, ரப்பர் செருப்பை மாட்டிக்கொண்டு ரவி முற்றத்தில் இறங்கினான். முற்றத்தின் ஓரமாக விசாலமான பறம்பின் தொடக்கம் இருந்தது. காம்பவுண்டின் அடுத்தாற்போல் வயல்வெளி. வயல்வெளிக்கு அப்பால் பாப்புட்டிக்காவின் கீற்று முடைந்த வீட்டையும் கடையையும் பார்க்கலாம்.

வயல்வெளி வெயிலின் வெப்பம் தோட்டத்தில் இல்லை. வாழைகளுக்கும் கமுகுகளுக்கும் எல்லாம் தண்ணீர் செல்லும் வாய்க்கால்களில் ஈரம் இருந்தது. தோட்டத்தின் வழியே நடந்தான். புல் நுனிகளில் தங்கியிருந்த பனித்துளிகளைத் தட்டிவிட்டுக்கொண்டும், நனைந்த மண்ணின் மேலும் நடந்தான்.

டீ குடிக்கும்போது சியாமளா கேட்டாள்: "யாரையாவது அனுப்பட்டுமா?"

"எங்க?"

"ராதா அண்ணன கூப்பிடத்தான். கீழ வூட்டு அய்யப்பன் இருப்பான்."

"அய்யப்பனா? குண்டாயியோட....?"

"மகனோட மகனாயிருப்பான். குண்டாயிய நான் ஒண்ணும் பார்த்ததில்லே."

"ராதா அண்ணன் மொள்ள வரட்டும். இல்லேன்னா குளிச்சதும் நானே போயி வறேன். கிராமத்துல நடந்து போயி கொஞ்ச காலமும் ஆயிட்டுதே?"

"நல்லா நடந்தே, இந்த வெயில்ல..."

"எப்படியோ மொதல்ல குளிக்கணும். ஆத்துல நீந்தி குளிச்சு எவ்வளவோ காலமாயிட்டது!"

"குளி, குளி. இப்போ ஆத்துல தண்ணிகூட கொறைச்சலாதான் ஓடுது!"

துண்டு எடுக்க அறைக்குள் போனபோது கட்டிலில் புதிய பெட்‌ஷீட் விரிக்கப்பட்டிருந்தது. மேஜையிலிருந்த தூசைத் துடைத்து இரண்டுபெட்டிகளும் அடுக்கிவைக்கப்பட்டிருந்தது.

"இதென்னாது?" என்று கேட்ட ரவி, "அந்த ப்ளாக் சூட்கேசுல இருக்கற பொருளுங்களெல்லாம் உங்க ரெண்டு பேருக்கும்தான்" என்று கூறினான். பின் பெட்டிகளை எடுத்துக்கொண்டு உள் அறைக்குப் போனான். உள்ளேயும் சில சில்லறை நாகரீகங்கள் பரவியிருந்தன. டைனிங் டேபிளைச் சுற்றிலும் நான்கு நாற்காலிகள் ———

ஆறு வெயிலில் மின்னிற்று. குளிக்கும் இடத்தில் யாருமில்லை. தூரத்தில் மெலிந்த ஆள் ஒருவன் சிறிய படகு ஒன்றை துழாவியவாறு சென்றான்.

ரவி தண்ணீரில் குதித்தான். அவன், ஒரு குழந்தையாகவே மாறிக் கொண்டிருந்தான் –

ஆற்றின் குளுமையான அரவணைப்பு இரத்த நாளங்களில் படரும் போதையாகிறது. உடலுடன் சேர்த்து மனதிற்கும் குளுமையை ஏற்றுக்கொண்டு எல்லாவற்றையும் மறந்து அவன் நீந்தினான்.

ராதா அண்ணன் வரும்போது நேரம் இருட்டிவிட்டது. படிக்கட்டில் பந்தத்தைக் குத்தி அவித்துக்கொண்டே ராதா சொன்னார்: "பாப்புட்டிக்கா கடைக்கு வந்தப்போதான் நீ வந்த விவரம் தெரிஞ்சது. என்னா திடீர்ன்னு?"

"திடீர்ன்னா?" சியாமளா கேட்டாள். "அத்தான் சொல்றத கேட்டா, ரவி என்னமோ போன மாசமோ என்னவோல்ல போன மாதிரி இருக்கு..."

"அதில்ல... வர்ற விவரத்த ஒண்ணும் தெரிவிக்காம..."

"அதத்தான் நானும் கேட்டேன்."

"பதில் கிடைக்கலியா?"

"கெடைச்சது, கெடைச்சது. நமக்கு சர்ப்ரைஸ் கொடுக்கவாம்!"

"அதுசரிதான். அதுமட்டும்தானா?"

"அவன்தான் நேர்லயே நிக்கறானே? நீங்களே கேளுங்களேன்!"

"என்னா ரவி?"

"நான் கொஞ்சம் எக்ஸ்ப்லெய்ன் செய்ய சான்ஸ் கிடைக்குமா?" என்று சிரித்த ரவி, "மெட்ராஸ்ல ஒரு காரியமா கம்பெனி என்னை டெப்யூட் செஞ்சாங்க. அப்போதான் ஊருக்கும் வரலாம்னு நெனச்சேன். திடீர்ன்னுதான் டிக்கெட்டும் டாக்குமென்ட்ஸும் எல்லாம் சரியாச்சு. அதுக்குப் பின்னால ஒரு கடுதாசி எழுதி விவரம் தெரிவிக்கறதுக்குள்ள ஆளே இங்க வந்துடலாம்லியா!"

"அதுவும் சரிதான்... பயணமெல்லாம் எப்படி?"

"சுகமாத்தான் இருந்தது."

ராதா உடுப்பை மாற்றிக்கொண்டு ஆற்றுக்குக் குளிக்கப் போகத் தயாரானபோது டார்ச் லைட்டை எடுத்துக் கொண்டு ரவியும் கூடச் சென்றான். ராதா பல விஷயங்களைப் பற்றியும் பேசிக்கொண்டு வந்தார். விவசாய வேலைக்குக் கூலிச் செலவே பெரும் சுமையாக இருக்கிறது. தேங்காயின் விலையும் சரிந்துவிட்டது. நிலமும் விலையேறி விட்டது.

கல்ஃபில் தங்கும் வசதியைப் பற்றியும் சாப்பாட்டு முறைகள் பற்றியும் விசாரித்தார்.

முன்னாடியே குடும்பத்திலிருந்து பாகம் பிரித்துக்கொண்டு போய் தனியாக வசிக்கும் மாமனின் சுகக்குறைச்சலைப் பற்றிச் சொன்னார். ரவியும் தாமதப்படுத்தாமல் மாமாவைப் போய்ப் பார்க்க வேண்டிய அவசியத்தைப் பற்றியும் கூறினார்.

மெல்லிய நிலவொளியில் ஓடும் ஆற்றில் இறங்கும்போது, "அந்தி நேரத்துல இந்த ஆற்றில் குளிக்கறது இருக்கே அதனோட சுகமே தனிதான்" என்றார் ராதா அண்ணன்.

"நெஜந்தான். எனக்கும் இன்னுமொரு தடவை குளிக்கத் தோணுது."

"எறங்கு, எறங்கு. கொஞ்சம் "நீந்தலாம்..."

இரவு.உள் அறையில் பிளாஸ்டிக் விரிப்பு விரித்த சாப்பாட்டு மேஜைமேல் சியாமளா இலைகளை வைத்தாள். சுவரருகே உயரமான நெற்களஞ்சியத்தின் மூலையில் சீராக எரியும் கம்பி லாந்தரின் திரியை ரவி கையை நீட்டி உயர்த்தினான்.

"மண்ணெண்ணெய் விளக்கு வெளிச்சத்துல தரையில உக்கார்ந்து சாப்பிடறதயெல்லாம் மறந்துட்டுருப்பான் ரவி" என்றாள் சியாமளா.

"அதென்ன அதுலவொரு விசேஷம்?" என்றார் ராதா.

"இல்ல... லைட்டும் ஃபேனுமில்லாமெ..."

"கேட்டியா ரவி, அதுக்கு என்னான்னு அர்த்தம் தெரியுமா?" பாதி தமாஷ் என்பதுபோல் ராதா ரகசியமாகச் சொன்னார், "அவளோட வீட்ல அதெல்லாம் இருக்குன்னு சொல்றா."

"என்னா, என்ன ரகசியம்?" அண்ணி அடுக்களையிலிருந்து உரக்கக் கேட்டாள்.

“அட, ஒண்ணுமில்ல – சோறு பரிமாறுன்னேன்.”

“தே, அண்ணனும், தம்பியும் சேந்து சதியாலோசன வொண்ணும் செய்ய வேணாம், தெரிஞ்சிதா.”

திருமணம் முடிந்த நேரத்தில் ஒட்டப்பாலத்து சியாமளா அண்ணியின் புதிய டெரஸ் வீட்டையும் மற்றவற்றையும் பார்த்தபோது ஆச்சரியமாக இருந்தது. இருண்ட அறைகளுள்ள பழைய நாலுகட்டு வீட்டில், முக்கால் பங்கும் காலியாக இருந்தது. இதில் அண்ணி எப்படித்தான் வசிக்கப் போகிறாளோ! ஆனால், பயந்தமாதிரி ஒன்றுமில்லாமலாகி விட்டது. வெகுவிரைவிலேயே அவள் தங்கள் குடும்பத்தின் சூழலோடு சேர்ந்துவிட்டாள்!

“கேரளத்துலவுள்ள எல்லா கிராமங்களும் மின்சாரம் பெற்றாச்சுங்கறது கவர்ன்மெண் டோட பிரகடனம். ஆனா, இது அவங்க பார்வையில கிராமமில்ல – பெரிய ஜாம்பவானோட குகையோ என்னவோன்னு நெனப்பு –'' என்றார் ராதா அண்ணன்.

அண்ணி இலைகளில் காய்கறி வகைகளையும் பப்படங்களையும் பரிமாறும்போது ராதா அண்ணன் கேட்டார்:

“இன்னிக்கு மீனொன்னும் இல்லியா?”

“எவ்வளவு நேரம் அதுக்காகக் காத்துக்கிட்டிருந்தேன் தெரியுமா? ஒரு கூடைக்காரன்கூட இதால போவல.”

“காலையிலேயே குஞ்ஞுக்கோரன் கிட்டே சொல்லி யனுப்பிருக்கணும். நல்ல ஆத்து மீனா கெடைச்சிருக்கும் – நீ நேத்திக்கு வாங்குனதுல அந்த பாட்டில்ல மிச்சம் ஏதாச்சும் இருக்கான்னு பாரு.”

“அது இப்பவொண்ணும் வேணாம்” – சியாமளாவின் முகம் சிறிது இருண்டதுபோல் தோன்றியது. அவள் வேகமாகச் சோற்றைப் பரிமாறத் தொடங்கினாள்.

ரவி எழுந்தான். வீட்டு முன்புற அறையிலிருந்து ஸ்காட்ச் விஸ்கியின் பாக்கெட்டை எடுத்து வந்தபோது ராதாவின் கண்கள் மலர்ந்தன.

“இத நான் கஸ்டம்ஸ்காரங்களோட கண்கள்ல மண்ணத் தூவிட்டு கொண்டு வந்ததாக்கும்“ என்று பாக்கெட்டை மேஜைமேல் வைத்துக்கொண்டே ரவி கூறினான்.

ராதா அண்ணன் பாக்கெட்டின் மேல் ஒட்டப்பட்டிருந்த தங்கநிற லேபிளை வெளிச்சத்திற்கு நேரே பிடித்து படித்து விட்டு தலையைக் குலுக்கிக் கொண்டார்.

"குட். சியாமளா ரெண்டு கிளாஸ்."

"எதுக்கு ரெண்டு கிளாஸ்? ரவி குடிப்பானா?"

"எனக்கு வேணாம். ராதா அண்ணனுக்காகத்தான் கொண்டு வந்தேன்."

"அடேய், பெரியவங்க முன்னால மரியாதை காண்பிக்கிற காலமெல்லாம் போயிட்டுது. பெரியவங்கன்னா முதல்ல சாகப் போறவங்க அவ்வளவுதான்."

இரண்டு கிளாஸிலும் விஸ்கியை ஊற்றி தண்ணீரை கலந்து ஒன்றை ரவிக்கு நேரே நீட்டி 'சியேர்ஸ்' சொன்னபோது, "நல்ல அண்ணன் தம்பிங்க!" என்று சியாமளா கூறினாள்.

"உனக்கும் வேணும்னா ஒரு அவுன்ஸ் குடிச்சிப் பாரேன்."

"ஐயோ! எனக்கு அதோட நாத்தத்தைக் கண்டாலே வாந்தி எடுக்க வரும்."

ராதா கிளாஸை எடுத்து ஒரு மிணர் விழுங்கினார். பின் ஒரே மூச்சில் முழுவதையும் காலியாக்கிவிட்டு கிளாஸை மேஜைமேல் வைத்தார்.

"இதான் ஃபாரின் ஸ்டாஃபின் பவரு. தொண்டைக்குத் தெரியாமலே அவன் உள்ளே எறங்கிப்பான்... நீயேன் குடிக்காம இருக்கே?"

ரவி கிளாஸை எடுத்தான்.

வீட்டில் வைத்துச் சாப்பிடுவது இதுதான் முதல்முறை. ராதா அண்ணனும் வீட்டில் வைத்துக் குடித்தது இல்லை. சிலசமயம் முதலாளி வீட்டில் ஒரு பார்ட்டி இருந்தது என்று சொல்லி நேரங்கழித்து வரும்போது மதுவின் மணம் வீட்டிலும் பரவும். அப்புறம் எப்போதாவது வீட்டில் வைத்தும்....அவர்கள் சாப்பிடத் தொடங்கினார்கள். ரவிக்கு எல்லாமும் மிகவும் சுவையாகத் தோன்றியது.

வெள்ளரிக்காய் சேர்ந்த கூட்டுக்கறி. பச்சைப் பயிறும் நேந்திரங்காயும் கறிவகை.

எல்லாம் விருப்பமான பதார்த்தங்கள்தான். இவற்றை யெல்லாம் அண்ணி எப்படித் தயாரித்தாள்? இடையிடையே முன்னறைக்கு வந்து பேச்சிலும் கலந்துகொண்டாளே!

ராதா மீண்டும் கிளாஸ்களை நிரப்பினார்.

தலைக்குள் சுகமான சப்தங்கள் வரத் தொடங்குகின்றதோ? இப்போது என்னவென்று தெரியாத ஒரு பாதுகாப்பான உணர்வுதான் தோன்றுகிறது.

பிறந்து வளர்ந்த வீடு.

என் வீட்டார்கள் –

என்னை நேசிப்பவர்கள் –

உலகத்தில் மிகவும் குறைவானவர்கள்தான் தன்னை நேசிக்கிறார்கள் என்பதை நினைத்துக் கொண்டான். நட்பு பலவகையானது. நிமிடநேர நட்பு பாராட்டுதல், கடமைக்காகவே நட்பாக நடித்தல், பணத்திற்காகவே...

கல்ஃபிற்குச் சென்று சில மாதங்கள் கழிந்தவுடன் –

ஐயாயிரம் ரூபாய்க்கு ஒரு டிராப்டை ராதா அண்ணனுக்கு அனுப்பிவைத்தான். அதைப் பெற்றுக்கொண்ட ராதா அண்ணன்: "பணத்தை உன் பேரிலேயே வங்கியில் போட்டுள்ளேன். ஒரு என்.ஆர்.ஏ. தொடங்கவேண்டும்... அப்புறம் பணம் தேவைப்படும் போது நான் கடிதம் எழுதறேன்."

ராதா ஒருபோதும் பணத்திற்காக எழுதியதே இல்லை.

இவர்கள்... இந்த அண்ணனும் அண்ணியும் பணத்திற்காகத் தன்னை நேசிக்கவில்லை.

ஆனால், ஜெயந்தி அலெக்ஸாண்டர்?

ஜெயந்தியின் பிளாட்டிலுள்ள அறையில் தான் கடைசியாக மது அருந்தியது; ஜெயந்திக்குப் பணம் தேவையாக இருந்தது; பணம் மட்டுமல்ல... வேண்டாம். – வெப்ப மிகுந்த பூமியில் நடக்கும் விஷயங்களை இப்போது நினைக்காமல் இருப்பதுதான் நல்லது.

விழிகள் சுவரில் தொங்கிக்கொண்டிருந்த புகைப் படங்களின்மேல் திரும்பின. பெரிதாக சட்டமிடப்பட்டு தொங்கிக்கொண்டிருப்பது அம்மாவின் படம்தான். அம்மா

புன்னகைக் கிறார்களோ? லாந்தரின் அரண்ட வெளிச்சத்தில் முகபாவம் தெளிவாகத் தெரியவில்லை...

உயர்நிலைப் பள்ளியில் சேருவதற்கு முன்பே அம்மா இறந்துவிட்டார்கள். இப்போது எத்தனை வருடங்கள் ஆகியிருக்கும்? பத்து... பதினொன்று...? அப்பாவைப் பார்த்த ஞாபகமே இல்லை. பழையதொரு குரூப் ஃபோட்டோவில் இருக்கும் ஒரு பெரிய மீசையுள்ள நபரைத்தான் 'அப்பா'என்று அம்மா காண்பித்தாள். பட்டாளத்தில் இருந்தவராம். மாமாவும் கொஞ்சகாலம் பட்டாளத்தில் இருந்தவர்தானாம். அங்கே இருந்தபோதுதான் அப்பாவுக்கும் மாமாவுக்கும் நட்பு ஏற்பட்டது. உடலின் நாளங்களில் பிரபுத்துவத்தின் இரத்தம் ஓடும் மாமனுக்கு மிலிட்டரி வாழ்க்கை சகித்துக் கொள்ள முடியாததாகவே இருந்தது. டாக்டரிடம் சென்று நோயாளி என நடித்து சான்றிதழ் பெற்று மாமா பட்டாளத்திலிருந்து பிரிந்து வந்தார். அந்த நேரத்தில் ஊருக்கு அவரின் நண்பரும் கூடவே வந்திருந்தார்.

திருமணத்திற்குப் பின் அப்பா ஒருமுறை மட்டுமே வந்திருந்தார் போலும். திரும்பிப் போனவர் எல்லையோரத்தில் ஒரு மிலிட்டரி நடவடிக்கையில் காணாமல் போய்விட்டதாக செய்தி வந்ததாம். கொஞ்ச நாளில் இறந்துவிட்டார் என்னும் அறிவிப்பும் வந்துவிட்டது. அப்போது தனக்கு மூன்று நான்கு வயதுதான் ஆகியிருந்தது. அதன்பின் அம்மா இறக்கும் வரையில் அப்பாவின் பென்ஷன் கிடைத்துக் கொண்டிருந்தது. அப்பாவின் மரணத்துடன் அம்மாவும் மனதளவில் தளர்ந்துவிட்டாள். மனதின் தளர்ச்சி உடலையும் பாதித்தது. தனக்கு நினைவு தெரிந்த நாள்முதலே அம்மா உடல் நலக்குறைவாகத்தான் இருந்தாள். வடக்குப் பக்க அறையிலுள்ள கட்டிலுக்கருகே இருந்த ஜன்னல் விளிம்பில் எப்போதும் மருந்துபாட்டில்கள் இருந்துகொண்டே இருக்கும். அம்மா மருந்துகளைத் தவறாமல் சாப்பிட்டார்களா என்பதே சந்தேகம்தான்.

"என்னோட நோவு இதாலயெல்லாம் மாறிடாது புள்ளைங்களே" என்றுதான் அம்மா சொல்லிக் கொண்டிருப்பாள். சில சமயங்களில் கட்டிலில் தன்னை அமரவைத்து தலைமுடிகளில் விரல்களால் கோதிக் கொண்டே, "நீ நல்லா படிக்கணும்டா கண்ணு..." என்று அம்மா கூறுவாள்.

ஒரு நாள் மதியம் பக்கத்து வீட்டு மாதவன் பள்ளிக் கூடத்திற்கு இரைக்கப்பறக்க ஓடி வந்தான். தன்னை அழைத்துச் செல்லத்தான் அவன் வந்தான். ஏனென்று கேட்டதற்குக் கூட மாதவன் பதில் கூறவில்லை. டீச்சரிடம் சொல்லியிருக்க வேண்டும்.... டீச்சரின் முகத்தில் அனுதாபம் நிறைந்திருந்தது.

வீட்டை அடைந்தபோது முற்றத்திலுள்ள முன் வரண்டாவிலும் நிறைய பேர்கள் நிரம்பி இருந்தார்கள்.

வெள்ளைத் துணியில் மூடி மிகவும் மெலிதாகத் தோன்றிய உருவத்தை சிலர் தாங்குதல்களில் எடுத்துச் சென்றபோதுதான் தான் உரக்க அழுததும், உள்ளே அழைத்துச் செல்லும்படி மாமா சைகைக் காட்டியதும், வேலைக்காரன் ராவுண்ணி நாயர் தன்னைத் தூக்கிக் கொண்டு போனதும் வரையில் நினைவில் உயிர்ப்புடன் இருந்தன. அன்றுதான் மரணத்தை தான் முதன் முதலாகக் கண்டதும் கூட....

"நீ என்ன இன்னும் சாப்பிடாம இருக்கே?" என்ற ராதா அண்ணனின் கேள்வியைக் கேட்டு முகத்தை உயர்த்தினான். அண்ணனின் கண்கள் சிவந்து இருந்தன. பாட்டிலிலிருந்த விஸ்கி – இன்னும் சிறிது மட்டுமே மீதமிருந்தது. அப்படியென்றால் இருவருமே நன்றாக குடித்திருக்கிறோம். பார்வையைத் திருப்பி சியாமளா அண்ணியை நோக்கிச் சிரிக்க முயன்றான். சிரிப்பில் அசடு வழிவதை அறிந்து கொண்டதால்தான் அண்ணியின் முகத்தில் பிரமிப்போ?

"என்னண்ணி ?"

"கடவுளே, கண்ணு எப்படி செவந்து போயிருக்கு?"

"யாரோட கண்ணு?" என்று கேட்டார் ராதா அண்ணன்

"ரெண்டுபேருதும் தான். ரவியோட கண்ணுதான் அதிகமா சிவந்திருக்கு."

"பரவால்ல. இன்னொரு நாளிருக்கே? ரவி ரகசியமாதானே வந்திருக்கான்... என்னா ரவி...?"

ராதா அண்ணனின் வார்த்தைகள் சில சமயம் இடறின.

"போதும், போதும், சாப்பாட்ட சாப்பிடுங்க" என்று அண்ணி இருவரிடமும் வேண்டுகோள் முறையில் கூறினார்.

தமிழில்: குறிஞ்சிவேலன்

"இங்க பாரு, சியாமளா. இதான் மீதியிருக்கு!" ராதா அண்ணன் பாட்டிலை எடுத்துத் தூக்கிக் காட்டினார். "இத இன்னும் மீதி வைக்கணுமா? வேணுமா ரவி?"

"வேணாம். இன்னுமொரு நாளு இருக்கில்ல" என்று அண்ணயின் முகத்தை நோக்காமலேயே கூறினான் ரவி.

சாப்பிட்டு முடித்து ரவிதான் முதலில் எழுந்தான். நடக்கும்போது தலையிலுள்ள அலைகளுக்கு சக்தி அதிகரித்ததுபோல் இருந்தன. கை கழுவுவதற்கு வடக்குப் பக்கத்து வராண்டாவிற்கு இறங்கியபோது வாசல்படியில் பிடித்துக் கொள்ளத் தோன்றியது ஏன்?

"நான் தண்ணீ ஊத்தறேன்" பிளாஸ்டிக் மக்கிலிருந்து அண்ணி தண்ணீர் ஊற்றிவிட்டு, தன் தோள்மேல் போட்டிருந்த டவலை எடுத்து நீட்டினாள்.

கையலம்பி வாசல்புறம் நடக்கும்போதும் கூட அண்ணன் எழுந்திருக்கவில்லை.

ஊறுகாயையோ வேறெதையோ விரலில் தொட்டு விரலை நக்கிக் கொண்டிருந்தார்.

"ரவி, போய் படுத்துக்கோ. காலையில பேசிக்கலாம்."

"குட் நைட்."

"குட் நைட்."

கால் இடறாமல் இருப்பதற்கு முயன்று கொண்டே வாசல் பக்கம் இருந்த சொந்த அறைக்கு நடக்கும்போது முட்டை விளக்குடன் அண்ணி பின்னால் வந்தாள்.

அறைக்குள் சென்று என்ன செய்வது என்றறியாமல் நின்றான்.

"படுக்கைய விரிச்சிருக்கேன்" என்றாள் அண்ணி. முட்டை விளக்கைத் திரி தாழ்த்தி மேஜைமேல் வைத்தாள்.

"படுத்துக்கோ, தண்ணீ வேணும்னா நான் கொண்டாந்து வைக்கறேன்."

தலையை உயர்த்தி சியாமளா அண்ணியைப் பார்த்தான். இப்போது என்ன சொல்லலாம்.

'தாங்க்யூ வெரி மச்... நன்றி....'

வேண்டாம். அப்படியெல்லாம் கூறினால் சுய நினைவு இல்லாமல் பேசுகிறான் என்று நினைத்துக் கொள்வாள்! மது அருந்தினால் பேசுவதை முடிந்த மட்டில் குறைத்துக் கொள்வதுதான் நல்லது... ஆமாம் அதான் நல்லது...

காதில் ஏன் இவ்வளவு பெரிய வளையங்களை அண்ணி மாட்டிக் கொண்டு இருக்கிறாள்?

வெளுத்த முகத்தில் இருபக்கமும் மின்னிக் கொண்டு ஆடும் தங்க வளையங்கள்.

கட்டிலில் அமர்ந்தான். ஒரு சிகரெட்டை இழுக்க வேண்டும். ஆனால், சிகரெட் பாக்கெட் பெட்டியில் எங்கேயோதான் இருந்தது. இப்போது தேடுவதற்கு முடியாது.

சியாமளா அண்ணி போய் விட்டிருந்தாள். சட்டையைக் கழட்டிக் கொடியில் எறிந்தான். ஆனால், அது தரையின் மேல் விழுந்தது. பரவாயில்லை.

கட்டிலின் மேல் சாய்ந்தான். கைகளையும் கால்களையும் நீட்டி விட்டான்.

உறக்கம் ஒரு சிநேகிதியைப் போல் அருகில் வந்து கண் இமைகளைத் தழுவியது.

3

அலுமினியம் பெயிண்டடித்த பெரிய கேட்டின் முன்னே டாக்ஸி நின்றது. மணல் பரப்பிய பாதையின் வழியாக நடக்கும்போது வராண்டாவில் நிறைந்த சிரிப்புடன் நிற்கும் அத்தையைக் கண்டான்.

"நீ வந்திருக்கேன்னு கேள்விப்பட்டேன் ரவி. ஒருவேள இங்க வர்ற வழிய மறந்துட்டியோன்னு கூட நெனைச்சேன்" என்றாள் மாமி.

சிரித்துக் கொண்டான் ரவி. கையில் வைத்திருந்த பாக்கெட்டை நீட்டியபோதும் அத்தை சிரித்தாள்....

"எனக்கா... இல்லே?..."

"எல்லார்க்கும்தான்."

"அம்பிகா!" அத்தை உள்புறமாக நோக்கி அழைத்தாள்:"இங்க யாரு வந்திருக்கான்னு பாரு!"

வெளிவாசற்புறத்தில் பேச்சுக் குரலையும் சிரிப்பையும் கேட்டுவிட்டு உள் அறையிலிருந்து மாமா யாரென்று உரக்கக் கேட்டார்.

"ரவியாக்கும்"என்று கூறிய அத்தை ரவியிடம் உள்ளே வரும்படி சைகை செய்து விட்டு உட்புறமாக நடந்தாள்.

கட்டிலின் தலையணைப் பக்கத்தில் தலையணையின் மேல் சாய்ந்து உட்கார்ந்திருந்தார் மாமா. நோயாளியாக இருந்தாலும் தடித்த உருவமும் கௌரவம் உள்ள முகமுமாக இருந்தார்.

“நீ எப்போ வந்தே?”

“திங்கக் கிழமை... காலையில.”

“ராதாகிருஷ்ணன் போனவாரம் வந்தப்போ கூட நீ வர்ற விவரத்தக் கூறலியே. அப்படித்தானே ஸ்ரீதேவி?”

“இல்ல. ரவி கடுதாசி அனுப்பியிருந்தாதானே தெரியும்? ரவி ஊருக்குப் போன பின்னால மொத்தத்துல மூனே கடுதாசிதான் வந்ததுன்னு சியாமளா சொன்னா.”

“மூனுன்னுயில்ல. நான் அப்பப்போ எழுதறதுண்டுதான். இந்த மொற லீவு திடீர்ன்னு கிடைச்சதும்...”

“அங்க உக்காந்துக்கோ” என்றார் மாமா. மேலும், “நிக்க வேணாம்” என்றும் கூறினார்.

மாமா தன்னை உட்கார அழைப்பது இதுதான் முதன் முதலானது என்று நினைத்தான் ரவி. மாமாவின் பராமரிப்பில் ரொம்ப காலம் கழிந்தது என்று சொல்ல முடியாது. ரொம்பக் காலத்துக்கு முன்னாலேயே பாகம் பிரித்துக் கொண்டு போய் விட்டார் என்றாலும் இவனுடைய வீட்டிலும் ஒரு பார்வை இருந்து கொண்டுதான் இருந்தது. அம்மா இறந்த நேரத்தில் அத்தையுடனும் அம்பிகாவுடனும் சேர்ந்து வந்து தங்கியும் இருந்தார். அதன்பின்தான் அத்தையின் உறவில் சம்பந்தப்பட்ட ஒரு பெரியம்மாவை அழைத்து வந்து தங்க வைத்ததும்.

“உக்காரு ரவி” என்று அத்தை நாற்காலியை நகர்த்திப் போட்டாள்.

ரவி அமர்ந்தான்.

“இப்போ உடம்புக்கு என்ன மாமா?”

“உடம்புக்கு என்னான்னு கேட்கறதுலதான் தப்பே இருக்கு” என்ற அத்தை, “சர்க்கரை வியாதி வந்தே கொஞ்ச காலமாயிட்டுது. போன ஒண்ணாந்தேதி சாயங்காலம்தான் தலைய சுத்துதுன்னு சொன்னாங்க...” என்று மேலும் கூறினாள்.

“கோர்ட்லேர்ந்து வந்துக்கிட்டிருந்தேன்...” என்று மாமாவே விவரிக்க ஆரம்பித்தார்.

“பஸ்ஸிலேர்ந்து எறங்கிப் பார்க்கும்போது பூமியே சுத்தறது போல இருந்தது. கொஞ்சம் கஷ்டப்பட்டுதான் நடந்து போய் வராண்டாவுல ஏறணும். அப்புறம் டாக்டர அழைச்சிக்கிட்டு

வந்து பார்த்தப்போதான் டி.பி. ஆச்சு, அதாச்சு இதாச்சு, இந்த நாட்டுலேயே கெடைக்காத மருந்துமாச்சு...”

“ஆமா ரவி. உன் மாமாவுக்கு மன நிம்மதியில்லாத விஷயமாயிட்டுது இந்த நோவு?” என்றாள் அத்தை.

“மனசுக்கு நிம்மதியில்லாத விஷயம்னா என்ன...”

“அந்தப் பள்ளியால வளப்புலுள்ள குஞ்சுக்குட்டனோட கேசுதான். மூணேக்கரு சொச்சம் தென்னந்தோப்பு அவங்கிட்ட போயிட்டுது. இன்னும் அப்பீலுக்கும் போறானாம்?”

“அவன்லாம் இப்ப எப்படி நடந்துக்கறான்னு தெரியுமா?” என்றார் மாமா: “மரம் வெட்டற வேலைக்குப் போனதால மஞ்சக்காமாலை நோய் வந்துட்டுது. ‘வந்து படுக்க ஒரு குடிச இல்ல தம்புரானே’ன்னு சொல்லி என் காலைப் புடிச்சான். அதனால, பறம்புக்கும் ஒரு காவலா இருக்கட்டுமேன்னு ஒரு குடிசய கட்டிக்கொள்ளச் சொன்னேன்... இப்போ என்னடான்னா கொஞ்சம் காசு சேர்ந்ததும் அவனுக்கு என்ன செய்யறோம்னே நிச்சயமில்லாம போயிட்டுது... நான் இங்கோர்ந்து கொஞ்சம் எந்திரிச்சுக்கறேனே...”

மாமா இருமினார். அவ்வளவு பேசினதே அவருக்குக் களைப்பு வந்து விட்டதுபோல் தலையணையின் மேல் சாய்ந்தார்.

அறை முழுவதும் கண்களைச் செலுத்தினான் ரவி. கட்டிலில் தலைமாட்டின் அருகே உயரமான ஸ்டூலில் மருந்து பாட்டில்களும் மாத்திரைகளின் பாக்கெட்டுகளும் இருந்தன. சுவரில், பெண்டுலம் ஆடிக் கொண்டிருக்கும் பழையதொரு கடிகாரம். அறையின் மூலையில் கண்ணாடி பதித்த மர அலமாரி ஒன்று இருந்தது. வார்னீஷ் பூசப்பட்ட உத்தரத்தில் தொங்கிக் கொண்டு மெல்ல சுற்றியது ஃபேன்.

அம்பிகா எங்கே?

சியாமளா அண்ணி சொன்னது நினைவுக்கு வந்தது.

“அம்பிகாவுக்கு உன்னோட எல்லா விஷயத்தையும் தெரிஞ்சிக்கனும்னு ஆசையுண்டு. கேட்க முயற்சிப்பா. அதிகமா எனக்கு மட்டும் என்ன விஷயம் தெரியும்? கடுதாசி வந்தாதானே தெரியறதுக்கு. அதனால, உனக்குத் தெரியணும்னா நீயே அவனுக்கு எழுதிக் கேளேன்னுட்டேன்.”

“அவ படிப்பு முடிஞ்சிட்டுதா?”

“பி.ஏ.வுக்கு இன்னுமொரு சப்ஜெக்ட் வேணும். இப்பப் படிக்க ஒண்ணுமில்ல.”

இன்னுமொருமுறை மாமனைப் பற்றிய பேச்சு வந்தபோது சொன்னாள்:

“உங்களோட மேரேஜ் விஷயத்தப் பத்தி அத்தை, போன தடவையிலேயே சுட்டிக் காட்டினாங்க”– சியாமளா அண்ணி சிரித்துக் கொண்டே, “அம்பிகாவுக்கு ரவியத்தான்னு சொன்னாலே உசுரு வந்துடுத்துன்னு அத்தை சொல்றாங்க” என்றாள்.

அதைக் கேட்டுக் கொண்டிருந்த ராதா அண்ணன்: “எப்படியோ, அது அப்படியே டிக்ளேரான நெலயில இந்த லீவிலேயே நடத்திடலாம். உன்னோட ஐடியாவும் அதுதானே?” என்றார்.

“என்ன ஐடியா? என்னா டிக்ளராச்சு?” என்று கேட்டான் ரவி.

“நான் அப்படி யாருகிட்டேயும் கல்யாணம் செஞ்சுக்கறேன்னு சொல்லலியே!”

“அப்படி சொல்லிதான் ஆவணுமா? ஒரு பெரிய மனுஷரோட ஒரே மக, ஏராளமான அழகு , தாராளமான சொத்து. பொண்ணுக்கும் கூட ஒரே முறைப் பையன் நீதான். அதனாலதான் எல்லாரும் அப்படி ஒரு கன்க்ளுஷனுக்கு வந்திருக்காங்க” என்றார் ராதா அண்ணன்.

“அதவொரு வொன்ஸைட் கன்க்ளூஷன்னுதான் வச்சுக்கணும்.”

“இல்ல. வேற பொண்ணு தேடற கஷ்டம்கூட இல்லையேன்னு நெனைச்சேன். நானும் எவ்வளவு காலம்தான். தேடிக்கிட்டுத் திரிவேன்...”

“போதும் போதும்...'' என்று சியாமளா அண்ணி இடைபுகுந்து, “ரவி. நீ எங்க போவப் போறே? சீக்கிரம் போய் வா. கல்யாண விஷயங்களயெல்லாம் நாங்களே தீர்மானிச்சுக்கறோம்” என்று மேலும் கூறினாள்.

அப்படி இருக்க, இப்போது அம்பிகா எங்கே போனாள்? நாணம் மேலிட மறைந்து கொண்டு நிற்கிறாளோ? ஒருவேளை அவளின் தந்தை அங்கே இருப்பதால் இருக்கலாமோஞ்

"நீ இப்போ அங்க எங்கே இருக்கே?" என்று கேட்டார் மாமா. அவர் என்ன நினைக்கிறார் என்று புரிந்து கொள்ள முடியவில்லை. அதனால், எதையாவது பேச வேண்டுமே என்பதற்காக பேசினார்.

"ஒண்ணும் கஷ்டமில்ல... சுகமாதான் இருக்கேன்."

அந்த வழுக்கலான பதிலை மாமா எதிர்பார்க்கவில்லை என்று தெளிவாயிற்று.

"இல்லல்ல. அங்க எங்கே உத்தியோகம்னுதான் கேட்டேன். அதாவது கவர்ன்மெண்டிலா, இல்ல..."

"பிரைவேட்லதான்..." அதிகம் சொல்ல வேண்டிய நிலைமை வரவில்லை. அதற்குள் அத்தை ரவியைக் காப்பி குடிக்க அழைத்துக் கொண்டு அறைக்குள் வந்து விட்டாள்.

"சரி, போ" என்ற மாமா, "எனக்கு காப்பியோ டீயோ சாப்பிட முடியல. வறட்டு ரொட்டியும் மோர் தண்ணீயும் உப்பில்லாத கோதுமைக் கஞ்சியும்லாம்தான் என்னோட இப்போதைய ஆகாரம்"என்று கூறினார்.

உள் தளத்தில் பலகார பிளேட்டுகளும் கப்புகளும் பரப்பப்பட்டுள்ள டைனிங் டேபிளுக்கு அருகிலேதான் அம்பிகா நின்று கொண்டிருந்தாள்.

"நீ காருலேர்ந்து இறங்கறபோதே அம்பிகா பாத்துட்டாளாம்" என்று அத்தைச் சிரித்துக் கொண்டே கூறினாள். "அவள் சொல்லித்தான் எனக்கே தெரியும். தூரத்துல ஆளுங்க வந்தா என்னால யாருன்னு புரிஞ்சிக்க முடியல."

"எனக்கு இப்பகூட சில பேர புரிஞ்சிக்க முடியல..." என்று அம்பிகாவின் முகத்தை ஒரு முறை நோக்கிக் கொண்டே கூறினான் ரவி.

"நீங்கதான் அத்தே பரிச்சயப்படுத்தணும்..."

அதற்கு முதலில் சிரித்தவளே அம்பிகாதான். அப்புறம்தான் அத்தைச் சிரித்தாள். அத்துடன் காலம் பின்னிய அறிமுகமற்ற வலைகள் அறுந்து விழ ஆரம்பித்தன...

"அம்பிகா, நீயேன் படிப்பை நிறுத்திட்டே?"

"இந்தத் தடவை பரீட்சைப் பேப்பரை கம்ப்யூட்டர்தான் பார்த்துக்கிச்சாம். ரிஸல்ட் வந்து பார்த்தபோது பரீட்சை எழுதாதவங்கக் கூட பாஸாயி இருந்தாங்க. அதுல இவ நெம்பரு இல்ல. மார்க்கு லிஸ்ட் வந்தப்போ ஒரு சப்ஜெக்டு இல்ல. அதனால, ரெண்டாவதாப் பாக்க பணம் கட்டியிருக்கு"

"கம்ப்யூட்டருக்கு ஏன் இந்த அம்பிகா மேல இவ்வள தூரம் விரோதம்னு தெரியலியே?"

அதற்கும் அம்பிகா சிரித்துக் கொண்டாள். அவளுடைய விரல் மேஜையின் மினுமினுப்பில் ஓவியம் வரைந்து கொண்டிருந்தது.

அறையிலிருந்து மாமா அழைப்பதைக் கேட்டதும் அத்தை எழுந்து கொண்டாள். அத்துடன் குரலைத் தாழ்த்திக் கொண்டு, "படுக்கைல வுழுந்த பின்னால நான் எப்போதும் பக்கத்துலேயே இருக்கணும். நீ டீ குடி ரவி. இதோ வந்துடறேன்..." என்று கூறி விட்டுச் சென்றாள்.

அத்தை போனதும் கப்பை எடுத்து ஒரு மிணறு டீயை உறிஞ்சிவிட்டு முகத்தை உயர்த்தினான். கண்கள் இடுங்கின. இம்முறை அம்பிகா பார்வையைத் தாழ்த்திக் கொள்ளவில்லை. உயிர்ப்புள்ள ஒரு எதிர்ப்பார்ப்பைப் போன்று ஒரு புன்னகை அவளுடைய உதடுகளில் தவழ்ந்தது.

"அட, பொம்பளைப் புள்ளைங்களுக்கு வர்ற ஒரு மாற்றம் இருக்கே...!" என்று கூறிய ரவி, "நான் இந்தளவுக்கு..." என்று இழுத்தான்.

"இந்தளவுக்கு...?"

"அப்ப பேச மறக்கல. அந்த வாயாடித்தனமெல்லாம் எங்க போய்ட்டுதுன்னு நா நெனச்சிக்கிட்டுதானிருந்தேன்."

"எதுக்கு ரவியத்தான்..."

"யூ ஹாவ் சேஞ்ச்டு வெரி மச்."

"என்ன சேஞ்சு?"

"வரவேற்கக் கூடிய சேஞ்ச்தான்... பேச்சு கொறைஞ்சுட்டுது. அப்புறம்... அப்புறம் அதிக அழகும் சேர்ந்துட்டுது."

அம்பிகாவின் முகம் சிவந்தது.

"உங்களுக்கொண்ணும் மாற்றமில்ல போலிருக்கே."

"எனக்கேன் மாற்றம்? நான் இப்போ கூட அந்தப் பழைய பாவப்பட்ட ரவிதான்."

"உம்... பாவம். யாரு பாவம்?"

"அப்புறமென்ன? நான் வில்லனா?"

"கொஞ்சம் வில்லனும் கூடத்தான். இல்லேன்னா?..." அவள் சட்டென நிறுத்தினாள்.

"இல்லேன்னா...? சொல்லு."

"ஒண்ணுமில்ல."

"எனக்கு என்னா மாற்றம்னு சொன்னே?"

"தடிச்சுட்டீங்க, ரவியத்தான்."

"ரொம்பவா?"

"ரொம்ப ஒண்ணுமில்ல. அங்க என்ன வெயில்லயா வேலை செய்யறீங்க?"

"ஏன்?"

"கேட்டேன்."

"நிறம் கொறஞ்சிருக்கும்."

"உம்."

"அது, வயசானதுனால இருக்கும். தோலுலயெல்லாம் ஒரு ஸ்மூத்னெஸ் இருக்கில்லே. அது கிராஜ்வலா கொறைஞ்சிக்கிட்டு வருதாக்கும். இருந்துட்டு போவட்டும்."

"இருந்துட்டுப் போவட்டுமா? கருத்துக்கிட்டு போவட்டும் கிறீங்களா... இல்லே வயசாயிட்டு போவட்டும்கிறீங்களா?"

"ரெண்டுமே இல்லேன்னா?"

"பின்னேன்னா?"

"சொல்லணுமா?"

ரவி சுற்றுமுற்றும் நோக்கினான்.

"இதோ, ஒன்டூ த்ரி ஃபோர். நாலு சேர் இருக்கு. நீ கஷ்டப்பட்டு நின்னுக்கிட்டு இருக்கணும்கறது இல்ல. ஏதாச்சும் ஒண்ணை செலக்ட் செஞ்சு ஒக்காந்துக்கலாம்."

"தாங்க்ஸ். இப்போ நின்னாலே போதும்."

"அப்படின்னா இத தின்னு--" ரவி பிளேட்டிலிருந்து ஒரு பிடி சிப்ஸை வாரியெடுத்து நீட்டினான். அவள் அதை வாங்காமலேயே நின்றாள்.

"வாங்கிக்க அம்பீ..."

"நானே எடுத்துக்கறேன் அத்தான்."

"அப்படி வேணாம். இத வாங்கிக்க...."

ரவி எழுந்து, மேஜை மேலிருந்த அவளுடைய கையை விரித்து சிப்ஸை உள்ளங்கையில் வைத்தான். மகிழ்ந்த மனதுடன் அவள் அதை வாங்கிக் கொண்டாள். அந்த நேரத்தில்தான் அத்தை உள்ளே வந்தாள். அத்தையும் அதைக் கண்டு கொண்டதாகக் காட்டிக் கொள்ளவில்லை. என்றாலும் அவளின் முகத்தில் ஆழமான ஒரு புன்னகை விரிவதை ரவி கண்டான்.

"கேட்டீங்களா அத்தே, எம்பேர்ல அம்பிகாவுக்கு ஒரு பெரிய கம்ப்ளெயிண்ட்" என்ற ரவி, "நான் ரொம்பவும் குண்டா யிட்டேனாம். கருத்துப் போய் ஒரு ஆப்பிரிக்காகாரனப் போல ஆயிட்டேனாம்னுல்லாம் சொல்றா"– மேலும் கூறினான்.

"ஸ்... பார்த்தீங்களாம்மா, பொய் சொல்றாரு."

"பார்த்தீங்களா. இப்ப நான் பொய் சொல்றேன்னு வேற புகார் வந்துடுச்சி!"

அத்தை புன்னகைத்தாள்.

"ரவி, என்னா இன்னும் ஒண்ணும் சாப்பிடல போலிருக்க."

அத்தை கிளாஸில் என்னவோ எடுத்துக்கொண்டு மாமாவின் அறைக்குள் மீண்டும் போனதும் அம்பிகா எதிரேயுள்ள நாற்காலியில் அமர்ந்தாள். உள்ளங்கையிலிருந்து ஒவ்வொரு சிப்ஸாக எடுத்து மெல்லத் தொடங்கினாள். தன்னையறியாமலேயே அவளுடைய சலனங்களைப் பார்த்துக் கொண்டிருந்தான். ரவியின் பார்வை படும்போதெல்லாம் அவள் மெல்லுவதை நிறுத்திக் கொண்டாள். ஒரு புன்னகையின்

மின்னல் கீற்று உதடுகளிலும் தடித்த கன்னங்களிலும் விரிந்து செல்லும். பின், அவள் தன் விழிகளைத் தாழ்த்திக் கொள்வாள்.

ரவி நினைத்துப் பார்த்தான் –

விவசாயப் பணிக்காக அத்தை அடிக்கடி வீட்டுக்கு வந்து போய்க் கொண்டிருந்தாள். பாகம் பிரித்துக் கொண்டு போயிருந்தாலும் மாமாவின் பூர்விகச் சொத்து வகைகள் தன் வீட்டிற்கு அருகில்தான் இருந்தன. ரொம்ப நேரங்களில் அத்தையுடன் அம்பிகாவும் வருவாள். கலகலப்பாக பேசிக் கொண்டு முற்றத்திலும் தோட்டத்திலும் அவள் ரவியின் பின்னாலேயே சுற்றி வருவாள். உரக்கச் சிரிக்கவும், உதடுகளைக் குவித்துக் கொண்டு கோபித்துக் கொள்ளவும் அவளுக்கு அதிகக் காரணமொன்றும் வேண்டாம்.

இன்ஜினியரிங் டிப்ளமோ படிப்பில் சேர்ந்து முதல் வெக்கேஷனுக்கு ஊருக்கு வந்தபோதுதான் அம்பிகா முழுமையாக மாறியதுபோல் தோன்றினாள். அவள் ஒரு முதிர்ந்த பெண்ணாக மாறியிருந்தாள். தரையில் தவழும் பாவாடையும், இரக்கம் அதிகமுள்ள ப்ளெவ்ஸும்தான் அவளின் அப்போதைய உடையாக இருந்தது. எது ஒன்றிலும் ஊன்றி நிற்காத பார்வை. அடிக்கடி தடிக்க ஆரம்பிக்கும் கன்னக் கதுப்புகள் –

ரவியிடம் பழகும் விதத்திலும் கொஞ்சம் அயல்தன்மை வந்ததுபோல் தோன்றியது. புன்முறுவலில் ஒரு ஆழம் ஒளிந்து கொண்டிருப்பது போன்றும் தோன்றியது. என்றாலும், ஏதாவது நகைச்சுவையைக் கூறினால் தன்னையறியாமலேயே உரக்கச் சிரித்து விடுவாள். உடனே, ஒரு அபத்தம் செய்து விட்டதுபோல் வாயைப் பொத்திக் கொள்வாள்.

அப்போது ரவி, "ஏன் சிரிச்சவுடனே வாயப் பொத்திக்கிட்டே? முத்துச் செதறி விழுந்துடுமோ?" என்று கேட்பான்.

முன்பெல்லாம் செய்வதுபோல் காதைப் பிடிக்கவோ, மெல்ல ஒரு தட்டு தட்டவோ நேர்ந்தால் அவள் நழுவி விலகி விடுவாள்.

பின் மெல்லிய குரலில், "தோ, அம்மா அந்தாண்ட இருக்காங்க தெரியுமா?" என்று கூறுவாள்.

"அம்மா என்ன, மூக்கையா கடிச்சிடுவாங்க!"

அதைக் கேட்கும்போதும் அவள் சிரித்து விடுவாள்.

தோட்டத்தில் ஆள் உயரத்திலுள்ள கொய்யா மரத்தில் ஏறி கொய்யாப்பழம் பறிக்கும்போது அம்பிகா கீழே நின்றாள். ஒரு கொய்யாப்பழத்தைப் பறித்து கீழே போட்டான். அவள் அப்போது வேறு எங்கோ நோக்கிக் கொண்டு நின்றாள். கொய்யாப்பழம் அவள் உடம்பின் மேல் வந்து விழுந்த இடம் ப்ளவுஸின் முன் பக்கத்தில், இரண்டு முற்றிய கொய்யாப்பழங்களை மறைத்து வைத்திருப்பது போன்றுள்ள இடத்தில்தான்...

“ரவி அத்தான்...’

கீழே நடப்பது ஒன்றும் அறியாததுபோல் நோக்கினான். அவளுடைய முகம் கோபத்தினால் சிவந்திருந்தது.

“உடம்புலயா விழுந்துட்டுது! சாரி. வலிக்குதா?”

அவள் எரித்து விடுவதுபோல் ஒரு பார்வையை மட்டும் வீசினாள்.

“நீ இப்படி கை நீட்டுவேன்னு நெனைக்கல நான்...”

பதிலொன்றும் இல்லை. அவள் சட்டெனத் திரும்பி நடக்கத் தொடங்கினாள். மரத்திலிருந்து குதித்து இறங்கி அவளுக்கு முன்னே வந்து நின்றான் ரவி.

“கோபமா?”

“விலகுங்க. நான் போவணும்.”

“ப்ளீஸ், கோபப்படாதே! நான் வேணும்னா மன்னிப்புக் கேட்டுக்கறேன்.”

“வேணாம்.”

“இங்க பாரு” – கைகளை குறுக்காக தூக்கி தன் சொந்த காதுகளை பிடித்துக்கொண்டே, “தப்பப் பொறுத்துக்கோ, தப்பப் பொறுத்துக்கோ” என்று கூறினான் ரவி.

“போதும், போதும்?”

அவள் இன்னும் தன் மிடுக்கை விடாமலிருக்கிறாள் என்பதைக் கண்டதும் ரவியும் முரண்டு பிடிக்க ஆரம்பித்தான். எல்லாவற்றையும் தமாஷாக எடுத்துக்கொண்டு அவள் குலுங்கிச் சிரிப்பாள் என்றுதான் அவன் கருதினான். ஆனால் இப்போது–

அவள் நடக்கத் தொடங்கி இருந்தாள். அவளுக்கு முன்னே ஓடி நின்றான்.

"அம்பீ, நான் இனிமே இப்படியெல்லாம் செய்ய மாட்டேன்... செத்துப்போன என்னோட அம்மா மேல சத்தியம்..."

அம்பிகா விழிகளை உயர்த்தினாள். அவளின் முகம் நெகிழ்ந்து விட்டது.

"ஓங்கள யாரு இப்ப சத்தியம் செய்யச்சொன்னது ரவி அத்தான்?"

"உன்னோட கோபம் மார்றதுக்குதான். நீ இனிமே இப்படி கோபப்பட்டா அப்புறம் நான் ஊருக்கே வர மாட்டேன்."

அவளின் கண்களில் ஒரு ஒளி பிறந்து மறைந்தது.

"நான் போவட்டுமா?"

"கோபம் மாறிட்டுதோ?"

"உம்."

"அப்படின்னா இத வாங்கிக்க" என்று கையிலிருந்த பழுக்கத் தொடங்கிய ஒரு கொய்யாக்காயைக் கைத்தொட்டுக் கொடுக்கும்போது உள்ளங்கையின் ஸ்பரிசம் புளகாங்கிதம் கொள்ளச் செய்தது.

"இன்னும் கொஞ்ச நேரம் கழிச்சி போயேன்."

"எதுக்கு?"

"சும்மாதான். அந்த வேலி வரைக்கும் நடக்கலாமே."

"அடுத்த வாரம் பரீட்சையாக்கும். நான் படிக்கணும்?"

"படிக்கற புத்தகத்த இங்க எடுத்தாந்து இருக்கியா?"

"பின்னே?"

ரவி தோட்டம் முழுவதும் சுற்றி நடந்து திரும்பியபோது அம்பிகா முற்றத்திலிருந்தாள். பாவாடையைச் சிறிது உயர்த்திப் பிடித்து கொலுசு அணிந்த கால்களால் முற்றத்திலிலுள்ள மழை நீரைத் தட்டிவிட்டுக் கொண்டு நடந்தாள். கொய்யாக்காயை மென்று கொண்டிருந்தாள். ரவியைக் கண்டதும் சிரித்துக் கொண்டே அவள் வராண்டாவிற்குள் ஓடி ஏறிக்கொண்டாள்.

மறுநாள் ஊருக்குப் போகப் புறப்பட்ட போது அம்பிகாவின் அறைக்குள் வந்தான். கட்டிலில் ஒரு டெக்ஸ்ட் புக்கை நோக்கிக் கொண்டு படுத்திருந்தாள்.

“பத்தாம் தேதியிலேர்ந்து எங்களுக்கு வெக்கேஷன் லீவு. நீங்க அப்போ எங்க வூட்டுக்கு வறீங்களா ரவி அத்தான்?”

“கூப்பிட்டா வர்றேன்.”

“என்னது. மாமாவோட வூட்டுக்கு வர்றதுக்கு ஒருத்தரைக் கூப்பிடணுமாக்கும்?”

“வீட்டுக்கு வந்தா என்ன தருவே?”

“ஒங்களுக்கு என்னா வேணும்னு கேக்கறீங்களோ அது கெடைக்கும் ரவி அத்தான்.”

“என்ன வேணும்னாலுமா?”

“வூட்டுல இருக்கறது எதுவும் கெடைக்கும். இல்லாத பொருளுங்கள கேட்கமாட்டீங்கதானே?”

“உள்ள பொருளு மட்டும் போதும். கேட்டுட்டா அப்புறம் கொடுக்காம இருக்கக்கூடாது.”

“முன்னேல்லாம் மாமரத்து உச்சியில ஏறினாலே சந்திரப் பிறையை தொடலாம்னு சொன்ன ஆளாக்கும் நீங்க. அதனால, அதைப் புடிச்சுக் கொடுன்னு சொல்லாதீங்க.”

“அந்த நிலா ஆகாயத்துல இல்ல. இங்கேயே இருக்கு?”

“எங்கே?”

“என்னோட அம்பீ குட்டியோட முகம்தான் அது.”

“என்ன ரவி அத்தான். சும்மா...”

“சும்மால்ல. உண்மைதான்.”

“அம்மா தயாராயிருப்பாங்க. நான் போவட்டுமா?”

பதிலுக்குக்கூட காத்திருக்காமல் சிவந்த முகத்துடன் இறங்கிப் போகும்போது அவள் மீண்டும் ஒருமுறை நினைவூட்டினாள்!

“கண்டிப்பா வரணும். தெரிஞ்சுதா!”

துரதிர்ஷ்டவசமாக மாமாவின் வீட்டிற்குப் போக முடியாமல் ஆகிவிட்டது. பாலிடெக்னிக்கிலிருந்து வகுப்புகள்

உடனடியாக தொடங்குகிறது என்று அறிவிப்பு வந்து விட்டது –

அதன்பின் சில மாதங்கள் கழித்து ராதா அண்ணனின் திருமணத்தையொட்டித்தான் அம்பிகாவைக் காண முடிந்தது. திருமணம் ஒட்டப்பாலத்திலுள்ள பெண் வீட்டில் வைத்து நடந்தது. அன்று சாயங்காலமே ரிஸப்ஷனையும் மற்றவற்றையும் மாமாவின் வீட்டிலேயே நடத்தலாம் என்று தீர்மானிக்கப்பட்டது.

திருமணத்திற்கு முதல் நாள் முற்றத்தில் பந்தல் போடும் வேலை நடக்கிறது. ஜனங்கள் இல்லாத நேரத்தில் ஒரு அறையில் வைத்து அம்பிகாவைச் சந்திக்கிறான் ரவி. பேச்சுக் கிடையே, "அன்னிக்குத் தரேன்னு சொன்னத கொடுக்கலாமா?" என்று கேட்டான் ரவி.

"என்னது அது?" என்று ஒன்றும் அறியாததுபோல் கேட்டாள் அம்பிகா.

"வூட்டுக்கு வந்தா என்னா வேணும்னாலும் தர்றேன்னு சொன்னத மறந்துட்டியா?"

"வரச் சொன்ன நேரத்துல வரலைதானே?"–

அவள் அலமாரியைத் திறந்து கப்புகளையோ என்னத்தையோ எடுக்கத் தொடங்கினாரள்.

"எனக்குத் தெரியும்; இன்னும் கோபம்தான்னு. அதனால்தானே நேத்துலேர்ந்து நான் இங்க இருந்தும் கூட என்கிட்ட ஒரு வார்த்தக்கூடப் பேசாமலும் பார்க்காமலும் இருக்கறே!..."

"எனக்கு என்னா கோபம்?"

"போன தடவை நான் வராமப் போனதுக்கு எனக்குத் திடீர்னு கிளாஸ் தொடங்கிட்டதுதான் காரணம்."

குரலிலுள்ள நெகிழ்ச்சியைப் புரிந்து கொண்டிருக்க வேண்டும். அவள் மௌனித்து நின்று கொண்டிருந்தாள்.

"நான்தான் இப்ப வந்துட்டேனே. நீ கொடுக்கறதையெல்லாம் இப்ப கொடுத்துடு."

"இப்போதா?"

"எப்போதுன்னாதான் என்னா? நீதான் அஷ்யூர் செஞ் சேல்லே?"

“ஒங்களுக்கு என்னா வேணும், ரவி அத்தான்”

அவளின் அருகே சென்றான். முதன் முதலாகக் காண்பதுபோல் அவளின் முகத்தை உற்று நோக்கினான்.

“அம்பீ...”

அவள் முகம் நிமிர்ந்து நோக்கினாள். விழிகளைத் தாழ்த்தி மேஜைமேல் வைத்த கப்புகளில் பார்வையைச் செலுத்தியபடி பேசாமல் நின்றாள்.

“உனக்கு என்னைப் பிடிக்கலையா அம்பிகா?...”

சிவக்கும் கன்னங்கள்; உதட்டின் அருகில் பொங்கிவரும் புன்னகையுடன் அவள் தலைகுனிந்து கொண்டாள்.

பெண் அழகின், பெண்மையின் நளினத்திற்கேயுரிய ஒரு நிமிடம் அது. அன்று அவளை முதன் முதலாக முத்தமிட்டான். பின், நடுங்கும் மார்போடு அவளை அணைத்துக் கொண்டு கன்னத்திலும் உதடுகளிலும் மாறி மாறி முத்தமழை பொழியவே அவள் திமிறிக் கொண்டிருந்தாள்.

“விடுங்க ரவியத்தான்... விடுங்க... யாராவது...”

ரவி அவற்றையெல்லாம் நினைத்துக் கொண்டான். அம்பிகாவுக்கு இப்போது அவையெல்லாம் நினைவிருக்குமோ?

அத்தை வந்து லைட்டைப் போட்டபோதுதான் நேரத்தைப் பற்றிய நினைவு வந்தது. அந்தி மயங்கி இருள் கவிழ்ந்துவிட்டது.

மாமாவிடம் விடைபெற்று வெளியே வந்தபோது அத்தையும் அம்பிகாவும் கேட் வரை தொடர்ந்து வந்தார்கள்.

ரவி அவர்களிடம், “ஒங்க ரெண்டு பேரையும் வரும்போது கூட்டிக்கிட்டு வான்னு சியாமளா அண்ணி சொன்னாங்க” என்று நினைவுப்படுத்தினான்.

“மாமா கெடக்கற இந்த நெலமையிலா?” என்றாள் அத்தை.

“புதன் கெழமை வர்றோம். கொஞ்சம் அறுவடையும் கூட இருக்கு... நாங்க அன்னிக்கே திரும்பியும் விடுவோம். சியாமளா கிட்ட சொல்லிடு, தெரிஞ்சுதா?”

“நான் சொல்லிடறேன்.”

"சியாமளா, பாலக்காடு போயிருந்தாளே..... டாக்டர் என்ன சொன்னாராம்!"

"மொத மொதல்ல பாக்கறதுக்கு ஒண்ணுமில்ல. இனிமே பார்க்காத டாக்டருங்களும் இல்ல.... அந்தக் கொழந்தைக்கு ஒரு பாக்கியம். த்சொ... எத்தனை வருஷமாயிட்டுது ..."

அப்போதுதான், சியாமளா அண்ணி இன்னும் குழந்தை பெறவில்லை என்னும் விஷயத்தை அவள் சொல்கிறாள் என்று அவனுக்கு நினைவுக்கு வந்தது.

"சரி வரட்டுமா?"

"சரி."

"அம்பிகா..."

அம்பிகா கண்களினாலேயே விடை கொடுத்தாள்-

நேரம் இருட்டத் தொடங்கி விட்டது.

ரவி பஸ்ஸிற்காகக் காத்துக் கொண்டு நின்றான். ரோடில் அடிக்கடி சீறிப் பாய்ந்து செல்லும் லாரிகளும், எப்போதாவது ஆட்கள் நிறைந்த டாக்ஸிகளும் போயின. வெகு நேரத்திற்குப் பின் தூரத்தில் ஒரு பஸ் தெரிய ஆரம்பித்தது. அது அருகில் வந்தபோதுதான் ஓவர் க்ரௌடில் உள்ளதாகப் புரிந்தது. கையைக் காட்டியும். அது நிற்கவில்லை.

வாட்சை நோக்கினான். மணி ஏழாயிற்று.

ரோடிற்கு அந்தப் பக்கத்தில் வீட்டு மனைகளிலுள்ள தென்னையோலைகள் தங்களுக்குள் சொந்த விஷயங்களைப் பேசுவதுபோல் காற்று அடித்துக் குலுங்கிற்று. அந்தி மேலும் இருட்டத் தொடங்கியது. இப்போது லாரிகள் லைட் போட்டுக் கொண்டுதான் வேகமாக வந்து இவனைத் தாண்டிச் சென்றன. மெல்லிய மழைச்சாரலும் துவங்கி விட்டது. தார் ரோடில் சாரல் மழை வரைந்த புள்ளிகள்.

வெகு நேரம் வரையில் ரோடு சூன்யமாக இருந்தது. பின் திடீரென இருளைக் கிழித்துக்கொண்டு ஒரு ஹெட்லைட் வெளிச்சம். டாக்ஸிதான். அருகில் வந்ததும் பிரேக் போட்டு சிறிது முன்னே சென்று நின்றது. காரின் பின் சீட்டிலிருந்து கண்ணாடியைத் தாழ்த்தி யாரோ அழைத்துக் கேட்டார்கள்.

“போகணுமா?”

காரின் அருகே நடந்தான். உள்ளே இருளாக இருந்தாலும் பின் சீட்டில் இருவர் அமர்ந்திருப்பது தெரிந்தது. ஒருவன் பீடி பிடிக்கிறான். பீடியின் முனையில் சிகப்புப் பிரகாசப் புள்ளி...

“போற வழிதானே, ஏறிக்கோங்க” என்று அழைத்ததோடு அல்லாமல் கதவும் திறக்கப்பட்டது. ரவி ஏறிக்கொண்டான். காரினுள்ளே வெப்பமாக இருந்தது. அப்போதுதான் மழைச்சாரலால் சட்டை முழுவதும் நனைந்திருப்பதை நினைத்துக் கொண்டான். கைக் குட்டையை எடுத்து முகத்தைத் துடைத்தான்.

“என்னா, ரோடு நடுவுல நின்னுக்கிட்டிருக்கீங்க?”

“யாரு. எனக்குப் புரியலியே...”

“நான்தான் அப்துல்.”

அப்துல்? கடைத் தெருவில் காண்பதுண்டு...

“சாரி, இருட்டுல மொகத்தப் பாக்க முடியல.”

“தூரத்திலேர்ந்து பார்த்தபோதே எனக்குப் புரிஞ்சிட்டுது”

“ஆமாம்.”

அப்துலை அதிகம் அறிமுகமில்லை. ஆளை அடையாளம் தெரியும். ஆனால், அப்துலுக்கு எல்லோரையும் தெரியும். ஒரு ரௌடி தலைப்பாகையுடன் கடைத்தெருவில் நடமாடிக் கொண்டிருப்பான். பள்ளிக் கூடத்தில் படிக்கின்ற காலத்தில் அப்துலைக் கண்டால் சிறிது பயமாக இருக்கும். பணம் வைத்துச் சீட்டாட்டம் ஆடும்போது பிடிக்கவந்த இன்ஸ்பெக்டரை கத்தியால் குத்தி விட்டானாம். அவன் பல பிஸினைஸயும் செய்து கொண்டிருந்தது தெரியும். தேங்காய் வியாபாரம், பஞ் சாயத்து பண்ணுவது, அடியாள், டாக்ஸி டிரைவர்... இப்படி.

“இப்போ எங்கேருக்கீங்க?” என்று கேட்டான் அப்துல்.

“அபுதாபிலதான்.”

“நேத்திக்கு பாணக்காட்டு பாஸ்கரனோட வண்டில போனதப் பார்த்தேன். அப்பதான் வந்துக்கிட்டு இருந்தீங்களா?”

“ஆமாம்.”

வெளியே மழை கனக்க ஆரம்பித்துவிட்டது. வண்டியில் ஏறிக் கொண்டது நல்லதாயிற்று. காரின் முன்பக்கத்தில் விண்ட்ஸ் ஸ்கிரீனில் வாட்டர் பைப்பரின் ஓய்வற்ற சலனத்தைக் கவனித்துக் கொண்டிருந்தான். முன்னால் வெடித்து மலரும் ஒளிக்கீற்றுகள். டிரைவர் ஸ்டியரிங்கைத் திருப்பினான். கார் குலுக்கலுடன் சைடில் சென்று மீண்டும் மெயின் ரோடில் புகுந்தது.

அப்துல் உரக்கச் சொன்னான்:

"குஞ்ஞாவா, பாத்துப் போ. ரோடுலல்லாம் தண்ணீயா இருக்கு."

அப்துல் பீடியை உருவி உதட்டில் வைத்தான். பீடிக் கட்டை நீட்டி, "பிடிக்கிறியா?" என்று இவனிடம் கேட்டான்.

"வேணாம்."

"நீங்கள்லாம் ஃபாரின் சிகரெட்டைத்தானே இழுப்பீங்க..."

"ஆங்... அதனால இல்ல."

"இல்ல, இதுல தப்புன்னு சொல்லல..." என்று பீடியைப் பற்ற வைத்துக் கொண்டே சொன்னான் அப்துல்.

"நீங்கள்லாம் புண்ணியம் செஞ்சவங்கதான். இன்னிக்கு ரெண்டு காசு வேணுமின்னாலும் கல்ஃபுக்காரன் கையிலதானே இருக்கு? என்னா, கோயக்கா பேசமாட்டேங்கறே?"

"அதுவும் சரிதான்,'' அருகில் அமர்ந்திருந்தவன் ஒத்தூதினான் "அதோட நம்மளப் போன்றவங்களுக்கும் கொஞ்சம் தொந்தரவாத்தான் இருக்கு."

"பணம் கையிலில்லன்னாலே இன்னும் தொந்தரவுதான்."

"அதிலும் வித்தியாசமுண்டு. உனக்குக் கேக்குதா? நேத்திக்கு காலையில அந்த செல்லிப் பாசத்து குஞ்ஞாய்ப்பன் கண்ணேம் காயல்லேர்ந்து வரும்போது, மீன் பொட்டி இருந்தது. தரைக்களுள்ள கடைக்கு முன்னால வைச்சு கூடைய தொறந்தப்போ மோசமில்லாத ஒரு விராலு இருந்துச்சு. நான் வெல கேட்டேன். இருவது ரூவான்னான்.. பன்னெண்டு ரூவா தரேன்னு கொடுக்கப் போனேன். பதினெட்டுக்குக் கொறையாதுன்னான் குஞ்ஞாய்ப்பன். இப்படி பேசிக்கிட்டிருக்கும்போதே அப்துல்

காதரு மோட்டார் சைக்கிள்ல வந்தான். மீனைக் கண்டதும் அவன் பிரேக்கடிச்சான்.''

"எந்த அப்துல் காதரு?''

"பரியாரத்தே வூட்டுக்காரன்தான். நம்மோட இப்ராஹிம் குட்டி மேஸ்திரியோட சின்ன மவன்.''

"துபாய்க்காரனா?''

"துபாய்க்காரன்தான். கேளேன் தமாஷ். அப்துல் காதரு வெல கேட்டதும் குஞ்ஞாய்ப்பன் முப்பது ரூவா சொன்னான். வேற மீனொன்னும் இல்லியான்னான் பையன். இதான் இருக்குன்னான் இவன்; அவன் ஒரு நூறுரூவா நோட்ட எடுத்து கூடைல போட்டான். அத எடுத்துக்கிட்ட குஞ்ஞாய்ப்பன் சில்லற இல்லியேன்னான். காலையில வூட்டுல கொண்டாந்து கொடுத்துடு. நல்ல மீனு கெடைச்சா அதையும் கொண்டாந்து கொடுன்னான் இந்த பையன். வண்டிய ஆஃபாக்காமலேயே மீன எடுத்து சைடு பொட்டியில போட்டுக்கிட்டு அவன் வண்டியப் பறக்க வச்சு போவும்போது, என்னா கோயக்கா, சௌகரியமான்னுட்டு ஒரு நக்கல் கேள்வி வேற...''

"துபாய்க்காரனுக்கு காசு ஒரு பிரச்னையே இல்ல.''

"சுருக்கமா சொன்னா மத்தவங்களுக்குதான் முடியாமப் போயிடுது. இன்னா சரிதானே?''

கோயக்கா, ஒங்களுக்கு ரெண்டு புள்ளைங்க கல்ஃபுல இருக்காங்கன்னு வச்சுக்குவோம்; நீங்க இப்ப இதுமாதிரி சொல்லுவீங்களா?''

"ஆமாமாம். அதுவும் சரிதான்.''

"அப்ப பேசாவ இருங்க.''

கோயக்கா முன்னால் சாய்ந்து ரவியைப் பார்த்துச் சொன்னான்.

"கொழந்தே, ஒங்கள எளப்பமா பேசனதயெல்லாம் வுட்டுடு. நான் என்னோட வயத்தெரிச்சலத்தான் சொல்லிண்டு வந்தேன்?''

பதில் சொல்லவில்லை. பதிலையும் அவர்கள் எதிர்பார்க்கவில்லை என்று தோன்றுகிறது.

அப்துல் கூறினான்.

"இந்த ஊரை வுட்டுப் போயிடணும் பாய். இந்த ஊரைவுட்டுப் போனாலே எப்படியாவது பொழைச்சிக்கலாம். இங்க என்னா இருக்குது? ஒரு மண்ணாங்கட்டியுமில்ல. இதக்கேளு குஞ்ஞாவா..."

காரை ஓட்டுவதில் நல்ல கவனமாக இருந்த டிரைவர். "சொல்லுங்க" என்றான்.

"நேத்திக்கு அந்த சேட்டோட ட்ரிப்பு. மொதல்ல பொன்னானி. அங்கேர்ந்து பட்டாம்பி. அப்புறம் எடப்பாச்சுங்குத்து வந்துட்டு நேரா திருச்சூரு. திரும்பி வந்துட்டேன். ஆக மொத்தத்துல டயர்டாயிட்டேன். ராத்ரியிலும் ரொம்ப நேரமாயிட்டுது. அவ பீங்கான்ல சோத்தப் போட்டு கொடுத்தா. நான் ரெண்டே பிடியில வாரித் தின்னுட்டேன். எனக்கு அப்பவும் பசி போவல. அப்புறம் சோத்த கேட்டப்ப அவ இங்க சோறு இல்லேங்கறா" என்ற அப்துல் ரவியை நோக்கி, "உண்மையாத்தான் சொல்றேன். இங்க வேற சோறுல்ல. இருந்தத நான் கொழந்தைங்களுக்குக் கொடுத்திட்டேங்கறா...." என்றான்.

"இதுவொரு தரித்திரம் புடிச்ச எடம்தான் அப்துக்கா"என்ற டிரைவர், "இந்த ஓட்டம் பம்பாயிலேன்னா, நான் பத்து ரூபாய்க்கு மேலியே காசு சேர்த்திருப்பேன்" என்றான்.

"இங்க பம்பாயிலேர்ந்து எளப்பானோட ரெண்டு கடுதாசி வந்து கெடக்குது. வரவும் சொல்லியிருக்கான். ஒரு ஆறு மாசம் இங்க யாபாரத்தப் பார்த்துக்கிட்டு இரு. அதுக்குள்ளாற எப்படியாச்சும் என்னோசி தறேன்கறான்" என்று கூறினான் அப்துல்.

"அப்துக்கா நிறுத்தணுமா?" என்று டிரைவர் உரக்கக் கேட்டான்.

"யாருடாது?"

"ஒங்க மச்சான்."

"நிறுத்தேன்." வின்ட் ஸ்கரீனின் வழியாக நிமிர்ந்து பார்த்த அப்துல் உத்தரவிட்டான்.

காரின் ஹெட் லைட் வெளிச்சத்தில் ஃபுல் ஷர்ட்டும் மடித்துக் கட்டிய லுங்கியும் ரப்பர் ஷூஸும் அணிந்த

இளைஞன் தெரிந்தான். கார் அவன் அருகே சென்று நின்றதும் குடையைச் சாய்த்துப் பிடித்து காரினுள்ளே நோக்கினான். உடனே சட்டென நிமிர்ந்து நடக்கத் தொடங்கினான்.

அப்துல் குரலைத் தாழ்த்திப் பேசினான்.

"சரி வுடு. வண்டில நாந்தாங்கறத தெரிஞ்சிக்கிட்டதும் அவன் ஏறல. ஏன்னா எங்களுக்குள்ள ஒரு சின்ன தகராறு. அதான் காரணம். நா என்னோட மர்யாதிக்கு நிறுத்தச் சொன்னேன். மழைதானே, ஏறணும்னா ஏறிக்கட்டும், என்னா?"

யாரும் பதில் பேசவில்லை. அப்துல் இன்னும் ஒரு பீடியை எடுத்துப் பற்ற வைத்தான். இப்போது மழை கொஞ்சம் குறைந்திருந்தது. இருளைக் கிழித்துக் கொண்டு ஓடுகின்ற கார்.

சாலை வளைவைத் திரும்பியதும் அப்துல், "கொஞ்சம் பிரேக்க மெதிச்சுக்கோ குஞ்ஞாவா?" என்றான்.

"எதுக்குப்பா?"

"எடப்பக்கமா இருக்கற நடைபாதையில திருப்பு. இவரை வயக்காட்டுப் பக்கத்துல எறக்கி விடலாம்."

"மெயின் ரோட்லேயே நிறுத்திக்கிட்டாப் போதும். நான் போயிடுவேன்."

கார் ஊராட்சி சாலையில் திரும்பியது.

"இருட்டாச்சே? ஏதாச்சும் வெஷப் பூச்சிங்க இருக்கும். நீங்க பாப்ட்டிக்கா கடையிலேர்ந்து ஒரு பந்தத்தக் கொளுத்திக்கிட்டு போனா போதும்."

வழியில் தேங்கியிருந்த நீரை வாரி இறைத்துக் கொண்டு கார் மெதுவாக நகர்ந்தது.

"இதோ இவங்க எடம் வந்துட்டுது. குஞ்ஞாவா, பாப்புட்டிக்கா கடைக்கு முன்னால நிறுத்திக்க. கடைமேல ஏத்திட வேணாம்டா. அவனோட அடிய வாங்க இப்ப முடியாது."

ரவி கதவைத் திறந்து இறங்கியதும் அப்துல் கட்டளை யிட்டான்:

"ரிவர்ஸ் எடுத்துக்கோ."

ரவி பர்சை எடுத்து. "சார்ஜ்...?" என்று கேட்டான்.

தமிழில்: குறிஞ்சிவேலன்

“அத நான் ஒங்கக்கிட்டேர்ந்து எப்படியாச்சும் வாங்கிப்பேன்... போவலாம் குஞ்ஞாவா...”

இருளை மட்டும் மீதம் வைத்து விட்டு கார் நகர்ந்தது. ஈரமுள்ள காற்றில் பெட்ரோலின் மணம். கண்கள் இருளுடன் கலந்து பழக்கப்பட்டதும் நிழல்போல் பாப்புட்டிக்காவின் கடை கண்களுக்குப் புலப்பட்டது. கடைக்குள் ஏறினான்.

“பாப்புட்டிக்கா.”

எவ்வித அசைவும் இல்லை. மீண்டும் ஒருமுறை அழைத்ததும் பாப்புட்டிக்காவின் உறக்கக் கலக்கத்துடன் கூடிய குரல் கேட்டது.

“யாரது?”

“பாப்புட்டிக்கா, நான்தான், ரவி.”

தீப்பெட்டி உரசும் சப்தம். தீக்கொழுந்தின் வெளிச்சம் கடையில் பரவிற்று. போர்வையை நீக்கி விட்டு பாப்புட்டிக்கா பெஞ்சின் மேல் எழுந்து அமர்ந்தார்.

“இவ்வளவு நேரங்கழிச்சு வரியே, ஏன்?”

“மாமாவப் பாக்கப் போயிருந்தேன். பஸ் கெடைக்கல . அதான் நேரமாயிட்டுது.”

பாப்புட்டிக்கா தீக்குச்சியின் வெளிச்சத்தை அணைக்காமல் பெஞ்சியின்மேல் வைத்திருந்த சிம்னி விளக்கைக் கொளுத்தினார்.

“பந்தமிருந்தா போதுமா?”

“போதும்.”

“உட்காரு.”

பாப்புட்டிக்கா உள்புறமாக நோக்கி இரண்டு மூன்று தரம் ‘மகளே, மகளே’ என்றழைத்தார். உள்புறத்திலிருந்து எவ்வித சலனமும் ஏற்படவில்லை. பாப்புட்டிக்கா அடுத்த பெஞ்சில் படுத்துத் தூங்கும் மகனை அழைத்துப் பார்த்தார். அவன் ஒருமுறை திரும்பிப் படுத்தானே தவிர எழுந்திருக்கவே இல்லை. அவர் எழுந்து சிறிது தட்டுத் தடுமாறிக் கொண்டு கடையின் உள்பக்கம் நடந்து சென்று வாசல் கதவைத் தட்டி அழைத்தார்.

“மகளே?”

சிரமப்பட்டு திரும்பி நடந்து வரும்போது ரவி, "காலுக்கு என்னாச்சு?" என்று கேட்டான்.

"எல்லாம் வாதத்தோட தொல்லைதான். கொஞ்சம் சில்லிப்பு தட்டினா போதும், அப்புறம் எம்பேர்ல அதுக்கு ரொம்ப பிரியமாயிடும்."

உள் கதவு திறக்கும் சப்தம். கண்கள் வாசற்படிக்குச் சென்றன. முட்டை விளக்குடன் சுலேகா தோன்றினாள். கடையில் வேறொரு நபரைப் பார்த்ததும் அவள் வேகமாக சேலைத் தலைப்பை தலையில் முக்காடிட்டாள்.

"என்ன வாப்பா?"

"ஒரு பந்தம் வேணுமே!"

பார்த்துக் கொண்டிருந்தவளின் முகத்தில் ஆச்சரியம் தோன்றியது.

"கட்டித் தறேன்."

பாப்புட்டிக்கா பெஞ்சிலிருந்த சுருட்டை எடுத்துப் பற்ற வைத்தார்.

"மாமா இப்ப எங்க இருக்காரு? ஒடம்புக்குச் சுகமில்லேன்னு கேள்விப்பட்டேனே?"

"பரவாயில்ல. இப்ப வைத்தியத்துலதான் இருக்காரு."

"ரொம்பக் கோவக்கார்ருப்பா. ரொம்ப நாளுக்கு முன்னால எங்களுக்குள்ள கொஞ்சம் மனஸ்தாபம் வந்துட்டுது. நாத்தங்காலுக்கு தண்ணீ திருப்புன விஷயம்தான். பத்திருபது வருஷங்களுக்கு முன்னால நடந்தது. இப்பக்கூட என்னை நேருக்கு நேரா பார்த்துட்டாலும் பேசமாட்டாரு."

அணைந்து போன சுருட்டை பாப்புட்டிக்கா மீண்டும் பற்ற வைத்தபோது ரவி மன்னிப்புக் கேட்கும் குரலில், "இவ்வளவு சீக்கிரமா தூங்கியிருப்பீங்கன்னு நெனைக்கல. அதனாலதான் எழுப்பி தொந்தரவுக் கொடுத்துட்டேன் நான்" என்று கூறினான்.

"அப்படியொன்னும் பெரிய தூக்கமில்ல" என்றவர் எதையோ நினைத்துக் கொண்டு ஒரு நிமிஷம் மௌனமாக இருந்த பின் தொடர்ந்தார்: "சுலேகாவோட அம்மாவ மறந்து தூக்கம் சரியா வர்றதில்ல. அதனால பால் கறக்கக் கோழிக்

கூவறதுக்கு முன்னாடியே எழுந்துடுவேன், சீக்கிரமா எழுந்துக்கற வேலையாலதான் கொஞ்சம் முன்னாடியே படுத்துடறேன்...”

சுலேகா பந்தத்தோடு வெளியே வந்து தன் தந்தையிடம் அதை நீட்டினாள்.

“அத அவங்கக்கிட்ட கொளுத்திக் கொடுடி.”

சிம்னி விளக்கின் ஜுவாலையிலிருந்து சுலேகா பந்தத்தைக் கொளுத்தினாள்.

கொழுந்து விட்டு எரிந்த சிவந்த வெளிச்சத்தில் சுலேகாவின் தூக்கக் கலக்க முகம். அடையாளம் தெரிந்து கொண்டதின் ஒரு புன்னகை அவளின் முகத்தில் மலர்ந்தது. திடுக்கிட்டு உணர்ந்தவளாக தந்தையை நோக்கி, விழிகளைத் தாழ்த்திக் கொண்டே ரவியிடம் பந்தத்தை நீட்டினாள்.

“பையன அழைக்க முடியல. அவன் நல்ல தூக்கத்துல இருக்கான்.”

“ஒண்ணும் வேணாம். பாக்கணும்னா காலையில பாக்கலாம்.”

ரவி திரும்பிப் பார்த்தான். சுலேகா அவ்விடத்திலிருந்து போய் விட்டிருந்தாள். பந்தத்துடன் வயல்வெளியில் இறங்கினான். வரப்பின் வழியே செல்லும் ரவியை பின்புறமாக உள்ள ஜன்னல் கம்பிகளின் மூலம் இரண்டு கண்கள் பின் தொடர்வதை அவன் அறியவில்லை.

இரவில் உறக்கம் கண் இமைகளை தழுவும்போது நினைவுகள் வெண்ணிறப் பட்டாம்பூச்சிகளைப் போல் உணர்வைச் சுற்றிப் பறக்கத் தொடங்கிற்று. பின் அவைகள் வண்ணத்துப் பூச்சிகளாக விசித்திர கனவுகளாக மறைகின்றன –

மனதில் இரண்டே முகங்கள்தான் –

உப்பிய கன்னங்களும் மைதீட்டிய நீண்ட கண்களும் நெற்றியில் பெரிய பொட்டுமுள்ள முகம் ஒன்று.

மற்றொன்று, சிகப்பு வெளிச்சத்தில் வெள்ளை ஆம்பல் பூவைப்போல் நிர்மலமான முகம். அம்முகத்தில் தூக்கக் கலக்கமுள்ள கண்களும் சுருண்டு கிடக்கும் முடிகளும் இருந்தன.

ஒன்று, குளிர்காலத்திய காலை வெயில் போன்ற தீட்சண்யம் –

மற்றொன்றிலோ ஐந்தாம் நாள் வளர் சந்திரனைப் போன்ற சாந்தம் –

காலை வெயில் உரிமையுடன் தினந்தோறும் வருகிறது. காலையில் விழிகளைத் திறந்து நோக்கும்போது அறைக்கு வெளியே, நான் எப்போதே வந்து விட்டேன் என்னும் பாவனையுடன் நிற்கும். நிலவு அப்படியில்லை. சில சமயங்களில் மட்டும் நிசப்தமாக சிரித்துக் கொண்டே வருகிறது. சில சமயங்களில் மேகக் கூட்டங்களுக்கிடையே மறைந்து கொண்டும் அப்புறம் தெளிவுடனும் அதரங்கள் விரியாத புன்னகையுமாக எட்டிப் பார்க்கிறது.

உறக்கம் தூரத்தில் இருந்தது– கடைசியில் கண்கள் மூடும்போது. பந்தத்தின் வெளிச்சத்தில் சேலைத் தலைப்பின் முக்காட்டில் இருபக்கமும் முடிச்சுருளுடன் கூடிய, சாந்தமான ஒரு முகம் மட்டுமே நிறைந்து நின்றது.

ஒரு வார்த்தைக்கூட பேசுவதற்கு முடியவில்லையே என்று நினைத்துக் கொண்டான்.

நாளைக்கு – ஆமாம், நாளைக்குப் பார்த்துவிட வேண்டும்.

ஒரு வெள்ளை ஆம்பல் பூ கனவு கண்டு கொண்டே உறங்கியது –

கயிறு தொழிற்சாலையின் கேட்டைத் தாண்டி உள்ளே நடந்தபோது யாரெல்லாமோ கவனிப்பது போன்று தோன்றியது. யாரையும் பார்க்காமல் நேராக அலுவலகத்துக்குள் சென்றான். வராந்தாவை அடைந்தபோதுதான் டைப்ரைட்டரின் சப்தம் கேட்கத் தொடங்கியது.

முதல் பிரமிப்பு சிறிது அடங்கியதுமே சுலேகா சிரித்தாள்.

"கங்க்ராஜுலேஷன்ஸ்" என்று ரவி கூறினான்.

சுலேகா ஸ்டூலின் மேல் இருந்த ஃபைல்களை எடுத்து மாற்றிவிட்டு ரவி அமர்வதற்காக இடம் ஒதுக்கிக் கொடுத்தாள்.

"உக்காருங்க. எதுக்கு கங்க்ராஜுலேஷன்?"

"வேலை கெடைச்சதுக்கு."

"அது சரி."

"நேத்திக்குப் பார்த்தப்போ ஏன் பேசல?"

"வந்திருக்கீங்கன்னு ரஸாக் சொன்னான்; ஆனா அர்த்த ராத்ரில எதிர்பார்க்கல" என்று சிரித்தாள் சுலேகா.

"அர்த்த ராத்ரியா! இருந்தாலும் இவ்வளவு காலம் கழிச்சுப் பாக்கும்போது ஒரு வார்த்தைகூட...."

"ரொம்ப வெளையாட வேணாம்... வாப்பா முன்னால..."

"சரி. இங்கதான் வாப்பா இல்லியே எல்லா விசேஷத்தயும் சொல்லு."

சுலேகா டைப்ரைட்டரின் கீ போர்டில் விரலை ஓட விட்டுக் கொண்டு பேசாமல் இருந்தாள். படபடக்கும் கண்கள் இடையிடையே அடுத்த அறையின் வாசற் கதவிடம் சென்றன.

"அங்க யாரு?"

"மேனேஜரு. டைப்ரைட்டர் சத்தம் நின்னாலே கூப்பிட்டுக் கேப்பாரு."

சுலேகா குரலைத் தாழ்த்திக் கொண்டு சொன்னாள்.

முற்றத்தில் ஒரு கார் வந்து நின்றது. துருக்கித் தொப்பியும் தலையில் கட்டுமாக மூன்று நான்கு பேர்கள் வராந்தாவிற்குள் ஏறி வந்தார்கள். சுலேகாவின் விரல்கள் கீ போர்டில் சஞ்சரிக்க ஆரம்பித்தன. வந்தவர்கள் மேனேஜரின் அறைக்குள் உரத்துப் பேசிக்கொண்டே தாண்டிய போது ரவி குழப்பத்துடன் எழுந்து கொண்டான்.

"போகட்டுமா?"

சுலேகாவும் வருத்தத்துடன் எழுந்து நின்றாள்.

"சரி. வேலையப் பாரு... எவ்வளவோ காலத்துப் பேச்சுக்களச் சொல்ல வேண்டியதிருக்கு தெரியுமா? எப்போதான்..."

"எனக்கும் நெறையப் பேசறதுக்கு இருக்கு."

"சாயந்தரமா கடைக்கு வருவேன், வரட்டுமா?"

"உம்."

"வாப்பா இருப்பாங்கல்லே?"

சுலேகா புன்னகைத்தாள். "வாப்பா ஆளுங்களப் புடிச்சித் திங்கக்கிங்க மாட்டாரு."

"ஓ! வாப்பா முன்னால யாரால பேச முடியாமப் போச்சி?"

"நீங்களும் என்கிட்ட ஒண்ணும் பேசலதானே?"

மேனேஜரின் அறையில் டெலிஃபோன் மணி அடித்தது.

"போகட்டுமா? சாயங்காலம்..."

சுலேகா புன்னகைத்து தலையை ஆட்டினாள். ரவி வெளியேறினான்.

நேரம் ஊர்ந்து நகர்வதுபோல் தோன்றியது. பத்திரிகையைப் படித்துக்கொண்டும் ஷெல்பிலுள்ள பழைய புத்தகங்களை எடுத்துப் பார்த்துக் கொண்டும் நிற்பதைக் கண்ட சியாமளா அண்ணி கேட்டாள்:

"இன்னிக்கு என்ன, மத்தியானத் தூக்கத்தக் கான்சல் செஞ் சாச்சா?"

"பகல்ல தூங்கினா, ராத்ரியில தூக்கம் வரல. நீண்ட பகலாவும் நீண்ட ராத்ரியாவும் இருக்கு. ஊருக்கு வந்ததுலேர்ந்தே ஒவ்வொரு நாளும் இவ்வளவு நீளமா கூடிட்டுது."

"கொஞ்ச நாளாயிட்டுதும் உனக்குப் போரடிக்க ஆரம்பிச்சுட்டுது ரவி."

"நான் கூட அப்படித்தான் நெனச்சேண்ணி, நீங்க எப்படி இந்தத் தனிமையில காலத்த ஓட்டறீங்கன்னு."

"அதான் இப்போ பழக்கமாயிட்டுதே..."

"அதுக்கு எவ்வளவு காலம் ஆவணும்?"

சியாமளா அண்ணி அதற்குச் சிரித்துக் கொண்டாள்.

"அடுத்த வாரம் நாங்க பாலக்காட்டுக்குப் போறோம். நீயும் வா ரவி..."

"பாலக்காட்டுக்கு ஏன்?"

"ஒரு டாக்டரைப் பார்க்க... திரும்புறபோது ஒட்டப்பாலத்துல ரெண்டு நாள் தங்கிட்டு வரலாம். அப்பாகூட உன்னைப்பத்தி அடிக்கடி விசாரிப்பாங்க."

"அதுக்கென்னா போவலாம்."

சாயங்காலம் கடைத்தெருவுக்குச் சென்றான். பழைய நண்பர்கள் யாரையாவது பார்த்துப் பேசலாம் என்னும் நம்பிக்கையில்தான் அவன் சென்றான்.

முந்தைய கலாசமிதி அலுவலகம் பிளேடு கம்பெனியாக மாறியிருக்கிறது. ஜுபிடர் ஃபைனான்ஸியர்ஸ்.

நாடகத்தில் தன்னுடன் சேர்ந்து காதலியாக நடித்த அப்புண்ணியைச் சந்தித்தான். அப்புண்ணி இப்போது உயர் நிலைப்பள்ளி ஆசிரியராக இருக்கிறான். பரபரப்பான சேம நல விசாரிப்புக்குப் பின், "சரி, ரவி, அப்புறம் பார்க்கலாம். நாளைக்கு ஒரு இன்ஸ்பெக்ஷன் இருக்கு. அதனாலதான் இவ்வளவு பரபரப்பா இருக்கேன்" என்று கூறினான் அப்புண்ணி.

கடைத்தெருவுக்கு வரும்போதெல்லாம் டீ குடிக்கும் இடமான கிருஷ்ணன் நாயரின் 'கோமள விலாஸி'ற்குள் புகுந்தான். கிருஷ்ணன் குட்டி நாயரைக் காண முடியவில்லை. நெற்றியில் கர்ச்சீப்பைச் சுற்றிக் கட்டியிருந்த இளைஞன் டீ கிளாஸை முன்னால் உள்ள மேஜைமேல் கொண்டு வந்து வைத்த பின் விசாரித்தான்:

"திங்க என்னா வேணும்? பொராட்டா இருக்கு. ரெண்டாம் நெம்பரு கறிதான் இருக்கு."

"வேணாம்."

டீயைக் குடித்து முடித்தபின் வெளியேறியபோது, ஊரில் வெறுமனே சுற்றித் திரியறதுக்கு இடமில்லையே என்பதை நினைத்துக் கொண்டான்.

வாட்சைப் பார்த்தான்; மணி ஆறாகி இருந்தது.

சரி திரும்பலாம்.

சுலேகா குளித்து முடித்து, முடியை விரித்துக் கோதிக் கொண்டு முற்றத்தில் நின்று கொண்டிருந்தாள். இளம் மஞ் சள் நிற சேலை...

"இப்போ பார்த்தா சுலேகாவா இல்லாம, சாதாரண லேகாவாத்தான் தோணறே" என்ற ரவி, "நெத்தியில ஒரு குங்குமப் பொட்டு மட்டும் இருந்துட்டாப் போதும்" என்றும் கூறினான்.

“ஒங்கள எதிர்பார்த்து எவ்வளவு நேரமா நிக்கறேன் தெரியுமா?”

“நான் கடைத்தெரு வரைக்கும் சும்மா நடந்து போனேன்.... நீ வர்ற வரைக்கும் நேரத்தப் போக்க வேணாமா, சுலேகா?”

“நீங்க போன பின்னால மேனேஜரு கூப்பிட்டு, ‘வந்தவங்க யாருன்னு கேட்டாரு’...”

“அதப்பத்தி அவருக்கென்ன அக்கறை?”

“அவருக்கென்ன அக்கறைன்னா கேக்கறீங்க? அங்கத்திய நடைமொறையே அப்படித்தானே.”

“அப்படின்னா வேலய தூக்கி எறிய வேண்டியதுதானே?”

“பொழைக்க வேணாங்களா?”

“நான் பொழைக்க வைப்பேன், தெரியுமா?”

“அதெல்லாம் சும்மா...எனக்கு எல்லா சங்கதியும் தெரியும்.”

“என்னா சங்கதி?”

“இங்க நிக்க வேணாம். கடையில ஒக்காரலாம்.”

“வாப்பா எங்க போனாரு?”

“வாணியம் கொளத்துக்குப் போயிருக்காரு. ராத்ரிக்குத்தான் வருவாரு.”

கடையிலுள்ள பெஞ்சின்மேல் அமர்ந்து கொண்டதும் சுலேகா அருகில் வந்து நின்றாள்.

“டீ வேணுமா, காபி வேணுமா?”

“கடையில காலையில மட்டும்தானே வியாபாரம் நடக்குதுண்ணு பாப்புட்டிக்கா சொன்னாரு.”

“வியாபாரம் காலைல மட்டும்தான். ஆனா, இருக்கறவுங்க ஏதாச்சும் சாப்பிடணும்லயா? வூட்டுக்குள்ளேயும் ஒரு அடுப்பிருக்கு...”

இப்போது இரண்டுமே வேண்டாம் என்று ரவி கூறினான். ரஸாக்கு எங்கே என்று விசாரித்தான். டியூஷனுக்குப் போயிருப்பதாகவும், கோயிலுக்குப் பக்கத்தில் ஆசிரியர்கள் தங்கக்கூடிய ஒரு லாட்ஜ் உண்டென்றும், அந்த லாட்ஜும்

சாயங்கால நேரங்களில் டியூஷன் சென்டராக மாறிவிடும் என்றும் கூறினாள்.

சுலேகா பேசிக் கொண்டிருந்தபோது ரவி அவளின் முகத்தையே நோக்கிக் கொண்டிருந்தான். அந்தப் பழைய ஊமைப் பெண்ணாக அவள் இருக்கவில்லை. தன்னம்பிக்கையுடன் இருந்தாள். அவளுடைய நடவடிக்கைகளில் ஒரு கௌரவம் வந்திருந்தது. முகத்தில் ஒரு பெருந்தன்மையும் இருந்தது.

மாலை நேரத்திய சிகப்பு, இருளில் அழியத் தொடங்கியது.

"விளக்கைக் கொளுத்தட்டுமா?" என்று கூறிவிட்டு சுலேகா போக எத்தனித்தபோது ரவி தடுத்தான்.

"நில்லு... இப்போ இருட்டாவா இருக்கு!"

சுலேகா மௌனமாக நின்றாள்.

"காலையிலேன்னா நெறைய பேசணும்னே. இப்ப ஒண்ணுமில்லியா?"

சுலேகா டெஸ்கில் நகத்தால் கோடிழுத்துக் கொண்டு நின்றாள்.

"ஓங்க மாமா வூட்ல என்னென்ன சங்கதிங்கல்லாம் இருந்தன."

"என்னா சங்கதி? லீவுல வந்தா ஒரு முறையாவது போறதுதானே மொறை?"

"ஒரு முறைண்ணுல்ல—பொய் சொல்ல வேணாம்."

"என்னா விஷயம்?"

"சொல்லணுமா?"

"சொல்லு."

"இந்த லீவுலேயே கல்யாணம் நடந்துடும்னு நான் கேள்விப்பட்டேன்."

"யாரோடது?"

"மொறைப் பொண்ணுக்கும் மொறை மாப்புள்ளைக்கும்."

"ஏன் சுத்திவளைச்சு பேசற? எனக்கு அப்படியொரு ஐடியாவே இல்ல."

“பொய்! கல்யாணம் செஞ்சுக்குங்க. அம்பிகா நல்ல அழகிதான்.”

“ஒன்னவிட அவ பெரிய அழகியொண்ணும் இல்ல.”

“அதெல்லாம் சும்மா” என்ற சுலேகா ஒரு நிமிஷம் எதையோ சிந்தித்துக் கொண்டு நின்றாள். “கொஞ்ச நாளாவே எங்கிட்ட அம்பிகாவுக்கு ரொம்பக் கோபமாக்கும்.”

“எதுக்கு?”

“தெரியாது. அம்பிகா இங்க தங்கியிருக்கும் போதெல்லாம் பல சமயங்கள்ல நாங்க ஒண்ணா மேட்னிஷோவுக்கு சேர்ந்து போறதுண்டு. ஆனா, இப்போ கண்டாகூட பேசறதேயில்ல.”

“என்னா காரணம்? எல்லாத்துக்கும் ஒரு காரணம் இருக்கும்ல?

“தெரிஞ்சால்ல சொல்றதுக்கு?”

“அத்தைக்கூட அவ இங்க வருவா. நானே கேட்டுடறேன்.”

“ஐயோ, அப்படியொண்ணும் கேட்டுடாதீங்க. துளுக்கப் பொண்ணோடு கூட இவ்வளவு நெருங்கி பழகறது எதுக்குன்னு அம்பிகாவோட அம்மாவே சியாமளா அக்காக்கிட்ட கேட்டாங்கன்னும் கேள்விப்பட்டேன்.”

“அத்தை அப்படி பேசமாட்டாங்களே.”

“அப்படின்னா வேணாம்.”

“அப்போ, அதனாலதான் நீ வூட்டுக்கு வர்றதில்லியா சுலோகா? வேலைக்குப் போறதால நேரமில்லாமையாலதான் நீ வர்றதில்லேன்னு அண்ணி சொன்னாங்க... சரி, இந்த வரலாறையெல்லாம் உனக்கு யாரு சொன்னது?”

“எல்லாமே எனக்குத் தெரியும்” – ஒரு நிமிசம் நிறுத்திய சுலேகா, ஆத்திரமான குரலில், “நான் என்னா தப்புச் செஞ் சேங்க?” என்று கேட்டாள்.

மங்கிய வெளிச்சத்திலும் அவளுடைய கண்கள் ஆத்திரத்தில் கலங்குவதைக் காணமுடிந்தது.

“சுலேகா...”

“உம்...”

“ஒனக்கு என்கிட்ட நம்பிக்கையில்லியா?...”

“நம்பிக்கையில்லைன்னு இல்லீங்க...”

“பின்னே?”

“பின்னே... அப்புறம் எனக்குத் தெரியல” – அவள் ஒரு விசும்பலை அடக்கச் சிரமப்பட்டு விட்டு உள்ளே போய் விட்டாள்.

கூரிய இருளில் அவன் தனித்து நின்றான். அடுத்தக் கணத்திலேயே புத்தகக் கட்டுடன் ரஸாக் உள்ளே நுழைந்தான்....

★

4

மதிய நேரம்.

உச்சிப் பொழுது கழிந்த பின்தான் கேசவன் அண்ணன் வந்து சேர்ந்தார். இந்தக் கேசவன் அண்ணன் வெளிப்படுவதற்கு நேரம் காலம் ஒண்ணும் வேண்டியதில்லை.

கேசவன் அண்ணனின் வேடம் பழையது போலவே இருந்தது. காலருடன் கூடிய கலர் பனியனும், கைலியும்தான். லுங்கியை வயிற்றின் மேலே மடித்துக் கட்டியிருந்தார். அதை அவிழ்த்து விடுவதென்பது சாதாரண விஷயமில்லை. என்றாலும், மார்பை விரித்து நிமிர்ந்து கை வீசிதான் நடப்பார்.

இப்போது உடல்வாகு சிறிது இளைத்திருந்தது. காதுகளுக்குமேல் உள்ள முடி நரைக்கத் தொடங்கியிருந்தன. கேசவன் அண்ணனும் இளமையை இழந்து கொண்டிருக்கிறார்.

"நீ வந்து ஒருவாரம் ஆயிட்டுதான்! எனக்கு இப்பதான் தெரியும், ரவி!" என்றார் கேசவன் அண்ணன்.

"நான் வந்தன்னிக்கே ஒங்களப் பத்தி விசாரிச்சேன். யாரும் பார்த்ததா சொல்லல."

"பார்த்திருக்க முடியாதுதான். நான் ஒரு வாரமா ஊர்ல இல்ல. ஒரு பத்து மைலு சுத்தளவுல வெளியில எங்கேயும் போறதுமில்ல. ஞாத்திக் கெழமை ஈஸ்வரமங்கலத்துல ஒரு கல்யாணம் நடந்தது. ஒழைப்பால அவரும் நம்ம ஜாதிதான். அவரு புதுப் பணக்காரரு. காசுருக்கு. அத எப்படி என்ன

செய்யறதுன்னுதான் அவருக்குத் தெரியல.... அப்பதான் அவரோட சேர்ந்து மூணு நாலு நாளு அங்க ராஜசொகத்துல அனுபவிச்சேன்."

"அது சரி."

"அரபு நாட்டுலயெல்லாம் என்னா விசேஷம்?"

"என்னா விசேஷம்? எல்லாம் சொகம்தான்."

"சொகம்தான்னு ஒன்னப் பாத்தபோதே தெரிஞ்சுட்டுது. ஓடம்புலயும் கொஞ்சம் கறி சேர்ந்துட்டுது. அங்கத்திய அரிசி ஒடம்புக்கு ஒத்துக்கிச்சா?"

முன்பு, குஸ்திக் கத்துக்கொள்ள கேசவ அண்ணனின் வீட்டிற்குப் போய் வந்த காலம்தான் இப்போ நினைவிற்கு வந்தது. கேசவன் அண்ணனின் சாகஸக் கதைகளைக் கேட்டு புளகாங்கிதம் அடைந்த காலம் அது. முதல்நாள் உடம்பு முழுவதும் தாராளமாக எண்ணெயைத் தடவி, வலி எடுக்கும் வரையில் கேசவ அண்ணன் பிசைந்து விட்டார். பிசைந்து முடித்த பின் அவர் சொன்னார்:

"ரவி, நீ குஸ்தி கத்துக்கணும்கற எண்ணத்த அப்படியே வுட்டுடு."

"ஏன் கேசவண்ணே?" மெல்லிய பரிதாபத்துடன் கேட்டான் ரவி.

"குஸ்திக் கத்துக்கணும்னா ஓடம்புல கொஞ்சம் சதையும், எலும்புல கொஞ்சம் வலுவும் வேணும். ஒனக்கு இது ரெண்டுமே இல்ல."

"அதுக்கு இப்ப நான் என்ன செய்யணும்?"

"ஒண்ணும் செய்ய வேணாம். ஒரு வருஷம் போவட்டும். அதுக்குள்ள கழிய நல்லா வீசறத்துக்குப் பாரு... இப்ப ஒரு அஞ் சாறு பேருங்க சேர்ந்து சுத்தி வளைச்சிருக்காங்கன்னு நெனச்சிக்க. அவனுங்கக்கிட்டேர்ந்து தப்பிச்சி அந்த இடத்தவுட்டு போக மட்டும் கத்துக்கிட்டா போதும்..."

அப்பியாசங்கள் ஆரம்பித்தன. பத்தாம் வகுப்பு தேர்வு எழுதி ரிஸல்டிற்காக காத்துக் கொண்டிருந்த காலம் அது. மாலை நேரத்துக்குப் பின்தான் இந்த அப்பியாசங்கள். ஒரு இருளில் கஸரத்து எடுத்துக் கொண்டிருக்கும்போது, பக்கத்

திலிருந்த நாய் ஒன்று ஓடி வந்து கடித்தது. அத்துடன் அந்த சிலம்பாட்டமும் நின்றது...

"நீயேன் உற்சாகமில்லாமெ இருக்கே?" என்று கேட்டார் கேசவ அண்ணன்.

"நான் முன்னால சிலம்பாட்டம் கத்துக்க வந்த கதைய நெனச்சிக்கிட்டேன். நாய் கடிச்சதோட சிலம்பாட்டம் கத்துக்கறதுக்கு சலாம் சொல்லிட்டுப் போன கதையதான்..."

"அது அப்போல்லே? இப்போ கொஞ்சம் அதைப் பார்க்கணுமா?"

"ஓ! அதெல்லாமில்ல. சும்மா நெனச்சிக்கிட்டேன்..."

"சரி, இழுக்க ஒண்ணுமில்லியா?"

"இருக்கே"– ரவி அறைக்குள் சென்று சன் ஹில்லின் ஒரு புதிய பாக்கெட்டும் தீப்பெட்டியுமாக வெளியே வந்தான்.

"சிகரெட்டு மட்டும்தான் இருக்கா? உதட்டை நனைக்க ஒண்ணுமில்லியா?"

"இல்ல கேசவண்ணே. ஒரு பாட்டில்தான் கொண்டு வர முடிஞ்சிது. அதுவும் தீர்ந்துட்டுது."

"யாரு தீர்த்தது. ராதா அண்ணனா?"

"ரெண்டுபேரும் சேர்ந்துன்னே வச்சுக்குங்களேன்."

கேசவ அண்ணன் சிகரெட்டைப் பற்ற வைத்தார்.

சியாமளா அண்ணி ட்ரேயில் இரண்டு கிளாஸ்களும் ஸ்பூனுமாக வந்தாள்.

"என்னம்மா இது?" என்று கேட்ட கேசவ அண்ணன், "டீ குடிக்கற நேரமாயிட்டுதா?" என்றார்.

"டீ இல்ல" – ட்ரேயை திண்ணையில் வைத்தாள்.

"ஓ, பாயஸமா? இன்னிக்கு என்னா விசேஷம்?"

"விசேஷம் ஒண்ணுமில்ல..."

"என்னவோ உண்டு. ஒரு விஷயமுமில்லாம பாயசம் செய்விங்களா?"

“ஒரு பொருளக் கொடுத்தா அப்புறம் எத்தனை கேள்விங்களுக்குதான் பதில் சொல்ல வேண்டியிருக்குது” என்று சிரித்த சியாமளா அண்ணி, “இன்னிக்கு ராதா அத்தானோட ஜென்ம நட்சத்திரமாக்கும்” என்றாள்.

“அப்படிச் சொல்லுங்க. அப்படின்னா நட்சத்திரக்காரர் எங்கே?”

“ராதா அண்ணன் கோயம்புத்தூருக்குப் போவேன்னு சொன்னாரு. வர்றதுக்கு ராத்ரியாயிடுமாம்.” என்றார் கேசவ அண்ணன்.

கேசவ அண்ணன் பல விஷயங்களைப் பற்றியும் பேசினார். கேசவனுக்கு முன்னே நல்லதொரு கதைக் கேட்பவர்களாக இருந்து விட்டால் போதும். கதைகளின் சுருள்கள் விரிய ஆரம்பித்துவிடும். எல்லாமே நிகழ்ந்தவைகளாக இருக்கும். ஏறக்குறைய எல்லா கதைகளிலுமே கேசவன்தான் நாயகராக இருப்பார்.

நிலம்பூர் காட்டில் காட்டு யானையிடம் மாட்டிய கதை. யானை திடீரென முன்னால் தோன்றியதும், மரணப் பயத்தினால் மரத்தில் ஏறி இரவு முழுவதையும் மரத்தின் மேலேயே கழிக்க வேண்டியதாகி விட்டதாம். காலையில் கீழே இறங்கும் போதும் அதே கொம்பன் யானை கூப்பிடு தூரத்தில்தான் நின்று கொண்டிருந்ததாம். உயிரைக் கையில் பிடித்துக் கொண்டு ஓடியவர், அதிர்ஷ்டவசத்தால் மட்டுமே அன்று தப்பிக்க முடிந்ததாம்.

அதன் பின்புதான் யானையை அடக்கும் வேலையைக் கற்றுக் கொண்டால் என்னவென்று தோன்றியது. இத்துணைப் பெரிய கொம்பன் யானையா ஒரு சிறிய அங்குசத்தின் முன்னே அடங்கி ஒடுங்கி நிற்கிறது? ஒரு விஷயம் தோன்றிவிட்டால அப்புறம் அதில் இறங்கி மூழ்கி விடுவதுதானே நம்முடைய குணம். அவ்வாறுதான் யானையைப் பழக்கும் வேலைக்காக குமரல்லூருக்குப் போனதும்.

குரு கோலோத்து மனைக்கலில் யானைப் பாகனாக இருந்தவர் நாராயணன் நாயர். நாராயணன் நாயரின் தந்தை ராமன் நாயர் புகழ்பெற்ற யானைப்பாகனாக இருந்தவர். ராமன் நாயர் நேருக்கு நேர் நின்று ஒருமுறை பார்த்தாலே போதும்,

எவ்வளவு குறும்பான யானையும் மிரண்டு ஒதுங்கிப் போய் விடுமாம்.

ஒருமுறை புராதனமான ஒரு மனைக்கலில் கொம்பன் கோபாலன் என்னும் யானைக்கு மதம் பிடித்து விட்டது. யானைப் பாகனைக் குத்திக் கொன்று போட்டுவிட்டு கண்டதையெல்லாம் தகர்த்துக் கொண்டு யானை ஓட்டம் பிடித்து விட்டது. மற்ற பாகன்களும் அங்குசத்தையும் குந்தங்களையும் எடுத்துக் கொண்டு பின்னால் ஓடினார்கள். ஊர் முழுக்க ஒரே கூச்சலும் குழப்பமுமாக இருந்தது. கொஞ்ச தூரம் ஓடிய பின் யானை ஒரு கோயில் குளத்திற்குள் இறங்கி நின்றது. குளத்தைச் சுற்றி பாகன்கள் நின்று கொண்டார்கள். ஒருவரையும் அருகில் வருவதற்கு அனுமதிக்காமல் யானை குளத்தை ஒரு கலக்குக் கலக்கிக் கொண்டு இருந்தது. பாகன்கள், தாங்கள் கற்ற வித்தைகளையெல்லாம் செய்து பார்த்தார்கள். அந்த யானையைக் கட்டுவதற்ககான எல்லா தந்திரங்களும் விரயமாகி விட்டன. கடைசியில்தான் ராமன் நாயருக்கு ஆள் அனுப்பினார்கள்.

ராமன் நாயர் வருவதற்குள் அந்தியாகி விட்டது. குடும்பத்தலைவரான பெரிய நம்பூதிரி ராமன் நாயரிடம் விஷயத்தைக் கூறினார்.

“மதம் பிடிச்சா அவன் அசாதரணமாயிடுவான். உன்னால முடியுமா ராமா? இல்லேன்னா போலீஸத்தான் கூப்புடணும்.”

“அடியேன் அங்குசம் கொண்டாரல” என்ற ராமன் நாயர், “ஒரு அங்குசம் கெடைச்சா போதும்”... என்றார்.

நம்பூதிரிக்கு ஒரே ஆச்சரியமாகி விட்டது. பாகனைக் குத்தி இரத்தம் குடித்து பிளிறிக்கொண்டு ஓடி நிற்கும் மத்த கஜனை கட்டுவதற்கு ஒரு அங்குசம் போதுமா!

“எல்லா ஆயுதங்களும் இருக்கு. ஒனக்கு என்ன வேணுமோ அத எடுத்துக்கோ ராமு!”

“அடியேனுக்கு ஒரு அங்குசம் போதும்.”

தடியைக் கையில் வைத்துக் கொண்டு அச்சமில்லாமல் குளத்தில் இறங்கி, துவட்டும் துண்டை மட்டும் அணிந்துவரும் அந்தக் குள்ள மனிதனை யானை ஒரு முறை நோக்கியது. அவரும் ஒரு முறை நிமிர்ந்து நின்றார். குளத்தைச் சுற்றி

நின்ற மக்கள் மூச்சை அடக்கிக் கொண்டு யானை குளத்தை விட்டு வெளியேறினால் ஓடித்தப்பித்துக் கொள்ளவும் தயார் நிலையில் நின்றார்கள். யானை தும்பிக்கையை உயர்த்தி ஒருமுறை பிளிறியது. மக்கள் பின்வாங்க ஆரம்பித்தார்கள். ராமன் நாயர் அப்பிளிறலைக் கேட்டதாகக் கூட உணர்ச்சியை வெளிப்படுத்தவில்லை. கோடை காலமானதால் குளத்தில் தண்ணீர் குறைவாகத்தான் இருந்தது. அவர் இடுப்பு வரையில் உள்ள ஆழத்தில் அந்த தண்ணீரில் நடந்தபோது, யானை மீண்டும் ஒருமுறை பிளிறி, செவி வட்டம் பிடித்து முன்னோக்கிக் குதித்துத் தாவி வந்தது. ராமன் நாயர் இடது உள்ளங்கையைத் தூக்கி யானைக்கு நேரே காண்பித்தார். அது மீண்டும் ஒரு முறை அலறியது. ராமன் நாயர் அதை நெருங்கியும் விட்டார்... காரைக்கோலின் வீச்சு சப்தமும் யானையின் பரிதாபமான ஒரு அலறலும் ஒன்றாகக் கேட்டன. மத்தாப்பூப் போல் கலங்கல் நீரை மேலே வீசியது. அடுத்த நிமிடம் தண்ணீரிலிருந்து திரும்பி வரும் யானையின்மேல் ராமன் நாயர் அமர்ந்திருக்கும் காட்சியை மக்கள் கண்டார்கள். ராமன் நாயர் மேலும் இரண்டொரு வார்த்தைகள் உச்சரிப்பதையும் அவர்கள் நன்றாகக் கேட்டார்கள்.

"இது என்ன... இப்படி நட..."

யானையை மனைக்கலைக் கட்டுத்தறியில் கொண்டு போய் கட்டிய பின் ராமன் நாயர் துவட்டும் துண்டை பிழிந்து கொண்டு, கூரை வளைக்கழியில் சுருட்டி வைத்திருந்த வேட்டியை எடுத்து அணிந்து கொண்டார். அவ்வீட்டு காரியஸ்தனும் இளைய தலைமுறையினரும் சேர்ந்து, ராமன் நாயரை அங்கேயே தங்க வைக்க வேண்டும் என்னும் தீர்மானத்திற்கு வந்தார்கள். மனைக்கலில் ஆக மொத்தம் ஆறு யானைகள் உண்டு. அதனால், எல்லா பாகன்களுக்கும் தலைவனாக ராமன் நாயரை நியமித்து விடுவது என்பதுதான் அத்தீர்மானம்.

பெரிய நம்பூதிரி யானைக் கொட்டடிக்குச் சென்று கோல்விளக்கின் (கேரளாவில் பழைய ஜமீன் குடும்பத்தில் உபயோகப்படுத்திய விளக்கு.) வெளிச்சத்தில் கோபாலனைப் பரிசோதித்தார். ஒன்றும் கூறாமல் திரும்பி நடந்தார்.

"ராமனுக்கு எதையாவது கொடுத்துப் போகச் சொல்லிடுங ்க" என்று உத்தரவிட்டார். ராமன் இங்கே பார்த்துக்

கொள்ள யானை இல்லையே என்றுதான் அதற்கு அர்த்தம். கோபக்காரரரான திருமேனி பத்தாயப் புரையின் மாடிக்கு அழுத்தி மிதித்துப் படியேறினார். காரியஸ்தனும் மருமான்களும் விஷயம் புரியாமல் நின்றார்கள்....

கேசவன் கதையைக் கூறி முடித்தார்.

"அதுக்கு என்ன விஷயம்னு உனக்குப் புரியுதா, ரவி?"

"இல்லியேஞ்"

"காரைக் கோலோட ஒரே அடியிலேயே யானையோட ஒவ்வொரு ரோமக்கால்லேயும் ரத்தம் வடிஞ்சிருந்தது. அந்த அடி மர்மஸ்தானத்துல அல்லவா பட்டிருக்கு" என்று கூறிய கேசவன், 'அப்பேர்ப்பட்டவரோட மகன்தான் நம்மோட குரு. மகன் மட்டுமல்ல சிஷ்யனும் கூட'என்றார்.

"பின்னே எதுக்கு நீங்க யானைப் பாக்கற வேலைய வேண்டாம்னு ஒதுக்கிட்டீங்க, கேசவண்ணே?"

"அது வேற ஒரு கத" என்ற கேசவன், பனியனைத் தூக்கி வயிறுக்குக் கீழே ரூபாய் வட்டத்திலுள்ள காயத்தின் வடுவைக் காண்பித்து "இது என்னான்னு தெரியுமா?" என்று கேட்டார்.

"இல்ல."

"யானைக் குத்தினதுதான்."

"யானையா?"

"நீ நாய் கடிச்சதோட சிலம்பாட்டத்த நிறுத்திட்டே? அதுமாதிரி யானை குத்தினவுடனே நான் யானை வேலைய உதறிட்டேன். அந்தக் கதய கேக்கணும்னா இதுல்லாம் காணாது."

"பின்னென்னா வேணும்?"

"ஒங்களப் போல வெளிநாட்டுக்காரங்க வந்தா எனக்கு செல சடங்குகளச் செய்யணும்."

"செஞ்சிடுவோம். அதுக்கென்ன மொடை?"

"அப்பபடின்னா வா, போவலாம்"

"கொஞ்சம் இருங்க. வேட்டி மாத்திக்கறேன்."

“யேய், லுங்கியே தாராளம். வேணும்னா ஒரு சட்டையப் போட்டுக்கோ.”

மாலை மயங்கியதின் சிகப்புக் கதிர்கள் படர்ந்த வயலில் இறங்கி நடக்கும்போது கேசவன் கூறினார்:

இந்த கல்ஃப்காரங்களுக்கெல்லாம் பொதுவாவே சில நடவடிக்கைங்க உண்டு. அதுல செல சுபாவம், எந்தவொருத்தன் கிட்டேயும் போக முடியாத அளவுக்கு ஃபாரின் சென்டோட மணம்... போன மாசம் கூட குருவாயூருக்குப் போனப்போதான்... மொதலெல்லாம் குருவாயூரு கோயிலுக்குள்ளே போனா சந்தனம் சாம்பிராணி சேர்ந்த ஒரு பிரத்யேக மணம்தான் வீசும். அதுவொரு தனிப்பட்ட உலகம் மாதிரியே இருக்கும். யாருக்கும் அந்த எடத்துல ஒரு பக்தி தோணும். இந்த மொறை குளிச்சி முடிச்சிட்டு சீவேலிப் பார்த்துட்டு கோயிலுக்கு வெளியே போனபோது எனக்குத் தலைவலி தொடங்கிட்டுது. இதுக்கு என்னா காரணம்? உள்ளாற கோயிலு முழுக்க ஃபாரின் சென்டோட நாத்தம்தான். ஒரு அடி அகலமுள்ள சரிகைக் கரை வேட்டி ஃபாரின் ஸ்ப்ரேயில முங்கி எழுந்த பொண்ணுங்கதான் அங்க கோயிலுக்குக் கும்பிட வராங்க....

“கேரளாவோட கல்ஃப் குருவாயூருக்குப் பக்கத்துலதானே இருக்கு? அதனாலதான்...”

“அதுவொண்ணு அப்படின்னா, அப்புறம் எந்த ஒருத்தனோட கையிலயும் சின்னஞ்சிறு பொருளுங்களோட கூட ஒரு பெரிய டேப் ரிக்கார்டும் இருக்கும். வந்தவுடனேயே காசோட வெளையாட்டுதான். சீக்கிரம் ஒரு துண்டு நெலத்த வாங்கி மனை கோலிடுவானுங்க, பங்களா கட்டறத்துக்கு. ஒரு செங்கல்லை தலையில வைச்சிக்கிட்டு தூங்குற பார்ட்டி ஏர்கண்டிஷன் செஞ்ச மாளிகய கனவு காணுவான். ஆனா, அஸ்திவாரம் வேலை முடியறதுக்குள்ளேயே அவனோட கையிலேவுள்ள காசு தீர்ந்துடும். அப்புறம் ஊரைவுட்டுப் போவணுமே? அதனால, டேப்ரிக்கார்டை விக்க ஆளைத் தேடுவான். கடைசியில கையில இருக்கற வாட்சைக்கூட வித்துட்டு ஊரைவுட்டுப் போயிடுவான். வேலை முடியாத வூடு ஒரு கண்காட்சியப் போல ஜனங்களோட பழிப்புக்கு காரணமாகி நிக்கும்.”

“நீங்க சொல்றதும் சரிதான் கேசவண்ணே. எங்களுக்கான வேருங்க அங்குமில்ல இங்குமில்ல...”

"நான் சொன்னது உன்னை இல்லடா. ஒன் வூட்டுக்கு வந்தப்ப செண்ட் மணம் வீசல. காதடைக்கற இங்க்லீஷ் பாட்டுக் கேட்கல. உனக்குக்கூட மின்னுற சட்டையில்ல. ஆனா, உனக்கு மனை வாங்கி வீடு கட்டற ஐடியா உண்டோ?"

"இல்ல."

கேசவன் சிகரெட் பாக்கெட்டைத் திறந்தார்.

"இதுல இன்னும் ரெண்டுதான் இருக்கு. ரெண்டு பேருக்கும் ஒவ்வொண்ணுதான் இழுக்க முடியும். சரி இருக்கட்டும். வா, நாட்டுச் சரக்கு ஏதாச்சும் இருக்குதான்னு பார்ப்போம்."

"சரி."

சிகரெட்டை. இழுத்துக் கொண்டே வயல் வெளியைத் தாண்டி அவர்கள் ஊராட்சி சாலையின் மேல் ஏறினார்கள்.

நேரம் இருட்டத் தொடங்கியிருந்தது.

சாராயக் கடையில் கூட்டம் இல்லாமலிருந்தது. கருப்பு டெஸ்குகளில் சிம்னி விளக்குகளைக் கொளுத்தி வைத்துக் கொண்டிருந்தான் கடைக்காரன். அவன் சிம்னி விளக்கின் ஜுவாலையைத் தன் கைகளால் மறைத்து வந்தவர்களைக் கூர்ந்து நோக்கினான்.

"என்னடா பாக்கறே? இன்னிக்கு பெட்ரோமாக்ஸ் கூட இல்லியா?" என்று கேட்டார் கேசவன்.

"அதனோட மாண்டிலு கொட்டுந்துட்டுது... ஒக்காருங்க. கூட இருக்கற ஆளை அடையாளம் தெரியலியே!"

"ஒனக்கு ஒண்ணும் புரியணுங்கறதில்ல. நீ விக்கப் போற பொருளுக்குக் காசு கெடைச்சா போதாதா?"

"ஐயாவுக்கு இப்பவே கோபம் வந்துட்டுதே" என்று கடைக்காரன் சிரித்தான்: "வரும்போதே இப்படி. அப்புறம், எல்லாம் முடிஞ்சி போவும் போதோ?...."

"ஆறுமுகம், உனக்கு மட்டையும் குடுவையும்தாண்டா லாயக்கு" என்ற கேசவன், "கள்ளுக்கடை நடத்தறத்துக்கும் கொஞ்சம் வெவரம் வேணும்டா" என்றார்.

ஆறுமுகம் அதைக் கவனிக்காமல் ரவியை உற்று நோக்கினான்.

"ஆங் ஆங்...! எனக்கு இப்பதான் புரியுது... ஆளு டிப்டாப்பா பெரிய மீசையும் வச்சதால மொதல்ல அடையாளம் தெரியல."

"திங்கறதுக்கு என்னா இருக்குது?"

"கறி இல்ல. முட்டை இருக்கு. கொஞ்சம் மசால் வடையும் இருக்கு."

"கொண்டா பாக்கலாம்" –

ஆறுமுகம் கடைக்குள் போனான்.

பாட்டிலில் தண்ணீர் போன்றுள்ள திராவகம்.

முதல் மிணறுலேயே – தொண்டையும் தொண்டைக் குழி முழுவதும் விரிசல் விட்டதுபோல் தோன்றியது ரவிக்கு.

கேசவன் பாதியை ஒரே இழுப்பில் குடித்தப் பின் கிளாஸை மேஜையின்மேல் வைத்தார்.

"குடிக்கணும்னா பள்ளியாப் பறம்புலவுள்ள அப்புகுட்டன் காய்ச்சின சாராயத்தக் குடிக்கணும்" என்ற கேசவன், "அவன் இவனோட மச்சான்தான். உன்னோட விஸ்கியும் பிராந்தியும் ஒண்ணும் அதுக்குப் பக்கத்துலகூட வரமுடியாது" என்றார்.

பெருமூச்சு விட்டான்.

"இதுவும் மோசமானது இல்ல" என்ற கேசவன் குரலைத் தாழ்த்தி, "நான் இவன சும்மாவாச்சும் கொறைச்சலா பேசறேன். முன்னால எல்லாம் இவன் பாளை சீவிக் கிட்டுதான் இருந்தான். இது சப் காண்ட்ராக்டுதான். இருந்தாலும் இங்க வந்தாதான் கலப்படமில்லாத சரக்குக் கெடைக்கும்" என்று கூறினார்.

மிகவும் சிரமப்பட்டு கிளாஸில் மீதம் இருந்த திராவகத்தைக் குடித்துத் தீர்த்துவிட்டு மசால் வடையை எடுத்தான் ரவி... கேசவன் மீண்டும் கிளாஸை நிரப்பத் தொடங்கிய போது, "எனக்கு இனிமே வேணாம், கேசவண்ணே" என்று தடுத்தான்.

"அதென்னா, அப்படிச் சொல்றே?"

"இதான் நான் மொத மொதலா குடிக்கறது. அதனால தொண்டையெல்லாம் எரியறது."

கேசவன் சிரித்தார்.

“மொத மொதலுங்கறதுனாலதான் கொழப்பமா இருக்கு. ஒரு அஞ்சு நிமிஷம் போவட்டும். எல்லாம் சரியாயிடும்.”

கேசவன் பீடிக் கட்டிலிருந்து ஒரு பீடியை எடுத்துப் பற்ற வைத்தார்.

இப்போது சிம்னியின் ஜுவாலை மெல்ல நடனமாடத் துவங்கியது. பெஞ்சும் மேஜையும் கடையின் சுவர்களும் எல்லாம் அசைவது போன்றும், தலைக்குள்ளே ஏற்படும் ஓசைகளுக்கு வேகம் கூடுவது போன்றும் தோன்றியது.

இரண்டாவது பாட்டிலில் கேசவன் கையை வைத்தார்...

“நல்ல ஸ்பெஷலா ஒரு சரக்கு இருக்கு. பத்திக்கிட்டா பத்தினதுதான். கொண்டாரட்டுமா?” என்று கேட்டான் ஆறுமுகம்.

“இப்ப நாங்க குடிச்சது பத்தாதா?” என்று கேட்டார் கேசவன்.

“பத்தாதுன்னுல்ல...”

உள்ளே வளையல் ஓசை....

“உனக்கு ஏன் இந்தக் கேடுப்பா?”

ஆறுமுகம் உள்ளே நோக்கி, “என்னாடி?” என்றான்.

“யாரது? சௌதாமினியா?” என்று கேட்டார் கேசவன்.

“அக்காங்க...”

“சாராயக் கடையில அவளுக்கென்னா வேல?”

“அவ சாமானுங்கள கொண்டாந்து வைக்கறா.”

“அவ புருஷன் கூட போட்ட சண்டையெல்லாம் தீர்ந்துட்டுதா?”

“ஓ, வந்திருந்தானே... இப்போ பெரிய லோகத்துலல்லே இருக்கான்” என்ற ஆறுமுகம் உள்ளே சென்றான். உள்ளே வளையலோசையுடன் புகாரும் புறப்பட்டது.

“உன்னால ஒண்ணும் பேசாம இருக்க முடியாதப்பா?”

“சௌதாமினி...” என்றழைத்த கேசவன், “உன்னைக் கொஞ்சம் பாக்கலாமா” என்று கேட்டார்.

உள்ளே கொஞ்சம் சிரிப்பொலி கேட்டது. ஆனால், யாரும் வெளியே வரவில்லை.

"அவளுக்கு என்னை ரொம்பப் புடிக்கும்" – என்ற கேசவன் "இப்போ நீ இருக்கறதாலதான் அவ வரல ரவி" என்று கிசுகிசுத்தார்.

ரவி உள்புற இருளில் கண்களை ஓட விட்டான். இருண்ட சுவரில் நிழல்கள் அசைகின்றனவோ? ஆமாம். ஆனால், அது நிழலல்ல; உருவம்தான்.

சௌதாமினி..

கையில் பிடித்த சிம்னியின் ஜுவாலையில் எண்ணெய் கருப்புள்ள முகத்தையும், மதர்த்த மார்பிடத்தையும் ஒருமுறை பார்த்தான். கேசவன் தலை குனிந்து கொண்டிருந்தார். தீப்பெட்டியை உரசினார்... ரவி மீண்டும் முகத்தை உயர்த்தியபோது அவள் சிரித்தாள். சிம்னி ஜுவாலையில் வரிசையாகவுள்ள பற்களின் வெண்மையும் கழுத்தில் அணிந்த செயினின் அதகப்படியான மினுமினுப்பும் கண்களில் பட்டன. சட்டென ஆறுமுகம் வெளியே வந்தான். சிறிய சிவந்த பாட்டிலை கேசவனின் முன்னால் வைத்துவிட்டுக் கூறினான்:

"இதக் கொஞ்சம் பார்த்துட்டுச் சொல்லு, எப்படி இருக்குன்னு."

ரவி மீண்டும் முகத்தையுயர்த்தி நோக்கினான். உள்ளே சிம்னி விளக்கின் ஜுவாலை கண்களுக்குத் தெரியாமல் மறைந்து போயிருந்தது. என்றாலும், இருளில் எண்ணெய்க் கருப்புள்ள முகம் புன்னகையுடன் நிற்பதுபோல் தோன்றிற்று. திடீரென மண்ணெண்ணை விளக்கின் வெளிச்சத்தில் காணும் வெள்ளை முகம் நினைவிற்கு வந்தது. காதிலுள்ள பெரிய தங்க வளையங்கள். சியாமளா அண்ணிதான்.

சியாமளா அண்ணி, "கடவுளே, கண்ணு ஏன் இந்த மாதிரி செவந்து போயிருக்குது!" என்று கேட்பது போல் இருந்தது. இப்போது கண்கள் சிவந்திருக்குமோ?

கேசவன் புதிய பாட்டிலைத் திறந்து நேராக வாயில் ஊற்றிச் சிறிது குடித்தார். பின் தலையைக் குலுக்கினார்–

புகை வண்டியில் தலையைக் ஆட்டிக் கொண்டு வந்த அக்கிழவரின் முகம் நினைவில் வந்தது. அந்தக் கிழவரை இங்கே

இந்த சாராயக் கடைக்கு அழைத்து வந்தால் எப்படி இருக்கும்? அவர் அப்போதும் தலையை ஆட்டிக் கொண்டுதான் இருப்பார். வெளிச்சத்தைவிட இருளாக உள்ள இந்த கடையின் உட்புறமும் மேஜைமேலுள்ள நீண்ட பாட்டில்களும் புகையைப் பரப்பும் சிம்னி விளக்கின் ஜுவாலையும் எல்லாம் சேர்ந்து ஒரு இயல்பாகவே இருந்தன.

எவ்வளவு நேரம் சென்றது என்றே தெரியவில்லை. கேசவன், "தூங்கிட்டியா?" என்ற கேள்வியைக் கேட்டுவிட்டுதான் தலையை நிமர்த்தினான் ரவி.

"இல்ல."

"சரி எழுந்திரு, காசைக் கொடுத்துட்டுப் போவலாம்."

"சரி."

நடைபாதை ஒரு கருத்த வாய்க்காலைப்போல் கிடந்தது. படிகளில் இறங்கும்போது, "தீப்பந்தம் வேணாமா?" என்று கேட்டான் ரவி.

"பந்தமா? இதெல்லாம் ஒரு இருட்டா?" என்று கேட்ட கேசவன், கையை நீட்டி, "பார்க்க முடியலேன்னா, இந்தா என் கையைப் புடிச்சிக்கோ"என்றார்.

உண்மையில் எதையும் பார்க்க முடியாமல்தான் இருந்தது. கேசவன் நீட்டிய கையைப் பிடித்துக் கொண்டான்.

அமைதியான இரவு. இலைகளின் அசைவுகூட இருக்கவில்லை. நிலவு இல்லாததினால் வெளிச்சமும் மறைவு ஆட்டம் போட்டது. மெல்ல நடந்தார்கள்.

"கல்லிருக்கு, பார்த்து வா" என்றார் கேசவன்.

உண்மைதான், ரோடு முழுவதும் கற்கள் எழும்பி நின்று கொண்டிருந்தன. இந்த வழியாக வரும்போதே கார் மிகவும் பிரயாசைப்பட்டு நகர்ந்து வந்ததை நினைத்துக் கொண்டான்.

"ஆட்டோவால இதுல வர்றதுக்கு முடியாது. டாக்ஸிக்கும் அதிக ரேட்டு இருக்கும்."

உண்மைதான்.

"மந்திரிங்க வர்ற போது பஞ்சாயத்துக்காரங்க கற்களப் போட்டுடறாங்க. கல்லையும் மண்ணையும் கொட்டி

தமிழில்: குறிஞ்சிவேலன்

பரப்பிடறாங்க. அப்போ நல்ல ரோடாயிடுது. மந்திரி வந்து போ யிடுவான். அப்புறம் ரெண்டு மழைப் பெய்ஞ்சா மண்ணெல்லாம் அடிச்சிக்கிட்டுப் போயிடும். கல்லு மாத்திரம்தான் மிச்சமா நிக்கும். இப்படி தலைய தூக்கின கல்லுங்கதான் நம்ம காலுங்கள நேசிக்கின்றன...”

“மந்திரிங்க இந்த ரோட்டிலா வருவாங்க?”

“பின்னே?” என்ற கேசவன், “இது மந்திரியோட தொகுதியாச்சே. மைனர் இரிகேஷன் தொடக்க விழாவுக்கு மந்திரி இந்த ரோட்டு வழியாத்தான் போனாரு. அதோட நினைவுச் சின்னமாத்தான் ரோட்ல இந்தக் கல்லுங்க நீட்டிக்கிட்டு நிக்கிதுங்க” என்று விளக்கினார்.

கேசவன் சொல்லி முடிக்கவில்லை. அதற்குள் செருப்பு கல்லில் தட்டி கீழே விழப் போனான் ரவி. ஆனால் ஒருவருக்கொருவர் கைகோத்துப் பிடித்துக் கொண்டிருந்ததால் தப்பித்தார்கள்.

“சே! கல்லு விஷயத்தப் பேசிக்கிட்டு இருக்கறப்பவே வுழுந்துட்டா? காலு இடிச்சிக்சிச்சா?”

“இல்ல.”

“காயம் பட்டாலும் நடந்தேதான் தீரணும். வெளிச்சத்துக்குப் போய்தான் பாக்க முடியும். கவிதை படிச்சிருக்கியா? அதான் அந்த குமாரன் ஆசான் எழுதிய கவிதய படிச்சாதானே உனக்குப் புரியும்?”

“ஆமாம்... ஆமாம்.”

“இந்தக் கேசவன் தண்ணீமேல இருந்துகிட்டு இதச் சொல்றான்னு ஓனக்குத் தோணுதோ? தண்ணீ இல்லேன்னாலும் எனக்குக் கவிதைங்க நினைவுக்கு வரும்?”

ஒரு பத்தடி கூட நடக்கவில்லை . திடீரென முகத்தின் மேல் வந்து அடித்தது டார்ச் ஒளி. கேசவன் கையை விட்டுவிட்டு இருளில் உரக்கக் கூவினார்.

“யாருடாது, மொகத்து மேல டார்ச்ச அடிக்கறது?”

தாழ்வாக கீழ்நோக்கி வெளிச்சத்தை அடித்துக்கொண்டே முன்னாலிருந்த நபர் அருகில் வந்தான்.

“ஆங்... கேசவன் நாயரா, எனக்குத் தெரியலியேப்பா” என்று வந்தவன் தன் மார்பின்மேல் வெளிச்சத்தைப் பாய்ச்சி, “நான்தான் அப்துல்” என்றான்.

“மொகத்து மேலியாடா டார்ச்ச அடிப்பாங்க?”

“எனக்குத் தெரியாத்தனாலதான் அடிச்சுட்டேன். ரெண்டு பேரும் எங்கேர்ந்து வர்றீங்க?”

“சாராயக் கடையிலேர்ந்துதான். ஏன்?”

அப்துல் மெல்ல சிரித்தான்.

“அதப் பார்த்தவுடனே தோணிட்டுது.”

“அரைப் பாட்லு இடுப்புல சொருகியிருக்கேன். வேணுமா?”

“நீங்க என்னைக் கிண்டல் பண்றீங்களா, நாயரே?”

“நீ இன்னும், அந்தப் பழைய போக்கிரித்தனத்த விடலதானே?” என்ற கேசவனின் குரல் கனத்தது. “டார்ச்சில பேட்டரி அதிகமுண்டாட?”

“இந்த டார்ச்சு கரண்டுல சார்ஜ் ஏத்திக்கறதாக்கும்.”

“ஃபாரினா? ஃபாரினல்லாம் கையிலேயே இருக்கட்டும். வெளியிலயெல்லாம் காட்டி ஜம்பமடிச்சிக்க வேணாம்.”

“என்னா நாயரே, மறுபடியும் நீங்க உள்ளர்த்ததோடதானே பேசறீங்க. நாம இனிமேலும் சந்திச்சிக்க வேணாமா? இவரப் போல நாளைக்கே நாம விமானம் ஏர்றவங்க இல்லியே” என்று அப்துல் பணிவாக கூறினான்.

“சரி சரி, போ.”

“சரி பாப்போம்” என்று ரவியிடம் கூறினான் அப்துல். அவன் நடந்து நகர்ந்தவுடன் ரவி கேட்டான்.

“நீங்க ஏன் கேசவண்ணே, அப்துலைக் கொஞ்சம் சீண்டினீங்க?”

“அவன் நம்மக் கூட்டுக்கான ஆளு இல்ல. அதனாலதான்.”

“ஏன்? அவன் என்கிட்ட ரொம்ப மரியாதையாதானே நடந்துக்கிட்டான். அன்னிக்கு டாக்ஸி வாடகையகூட வாங்கிக்கல.”

“இருந்தாலும் அவன் அதை எப்படியும் உன்கிட்ட ஈடு கட்டிப்பான். அவன் பெரிய ரௌடியாக்கும். அது ஒனக்குத் தெரியாதில்ல? இப்போ அவனப் பரிசோதனப் பண்ணினாலும் அவனோட இடுப்புலவுள்ள பெல்ட்ல மலப்புரம் கத்தி ஒண்ணு இருக்கும்.”

“கத்தியா?”

“ஆமாம். என் கையிலயும் கொஞ்சம் வித்தைங்கள்லாம் இருக்குன்னு அவனுக்குத் தெரியும். அவனும் ஒரு குருவுக்கிட்டேர்ந்து என்னவெல்லாமோ கத்துக்கிட்டிருக்கான். கொஞ்ச காலத்துக்கு முன்னாலதான் எங்கிட்ட வந்து என் வேலையைக் கொஞ்சம் கத்துக் கொடுக்கணும்னு சொல்லிக்கிட்டு பின்னாலேயே சுத்தத் தொடங்கினான். இன்னிக்கு நாளாக்கின்னு சொல்லியே நானும் நாளைக் கடத்தினேன். அப்புறம் அவனுக்கே தெரிஞ்சிட்டுது, இந்த ஆளுகிட்ட அந்த வித்தைக் கெடைக்காதுன்னு. அதனால என்கிட்ட விரோதிச்சிக்கிட்டான். ஒருநா நான் வரப்பு மேல நடந்து வந்துக்கிட்டு இருந்தேன். கையில வாடகை சைக்கிளும் இருந்தது. அப்துல் எதிர்க்கா வந்துக்கிட்டிருந்தான். யாராவது ஒருத்தன் கீழே இறங்கினாதான் மேல போவ முடியும். என்கிட்டதான் சைக்கிளு இருக்கே? நான் எப்படி எறங்க முடியும்? ஒண்ணுமேல ஒண்ணு சொல்லி சொல்லியே சண்டையாப் போச்சு. வயல்ல நாத்து நடற பொண்ணுங்களும் மாடுகண்ணு மேய்க்கறவங்களும் சேர்ந்துட்டாங்க.

‘நாயரே செருப்பாலேயே ஒரு வெட்டுருக்கு. அத நான் சொல்லித் தரட்டுமா?’ என்று கேட்டவன் தன் காலை மடக்கினான். செருப்பைக் கழட்டத்தான்.

‘அப்துலு சைக்கிளாலும் ஒரு அடி இருக்கே தெரியுமா?’ என்று கூறிக்கிட்டே சைக்கிள் ஹாண்டில் பாரால் ஒரே முட்டு. அந்த முட்டுதலையேத்தவன்தான், சேத்துமேல போய் வுழுந்தான். சைக்கிளை வரப்புமேல போட்டு விட்டு நானும் வயல்ல குதிச்சேன். உருண்டு பொரண்டு எழுந்திருக்க தொடங்கிய அவனோட தாடை மேலியே காலால ஒரு தட்டு வுட்டேன். சேத்துல குட்டிக்கரணம் அடிச்சான் அவன். ஒடம்பு முழுக்கச் சேறுதான். எழுந்தபோது நான் இன்னும் கொஞ்சம் கிட்ட போனேன். அப்போ அவன் கையெடுத்துக் கும்பிட்டுக் கிட்டே, ‘கேசவ நாயரே, இனிமே என்னை ஒண்ணும் செய்யா

தீங்க?' என்று கூறினான். நானும், 'அப்படின்னா வூட்டுக்குப் போயி வேட்டி சட்டைய மாத்திக்கிட்டு குளிச்சிட்டு அப்புறம் எங்க போறதுன்னாலும் போ'ன்னேன். அதுக்குப் பின்னால என்னை எங்க பார்த்தாலும் அப்துல் பதுங்கிடுவான். நான் அந்த அளவுக்கு அவனப் பொறட்டி எடுத்துருக்கேன்..."

பாப்புட்டிக்காவின் கடையருகில் வந்திருந்தார்கள்.

"வயக்காட்டுல ஊரு வெளிச்சம் இருக்கு" என்ற கேசவன். "நான் வூடு வரைக்கும் வரணுமா?" என்று கேட்டார்.

"வேணாம். நானே போய்க்கறேன்."

"சரி, காலையில பாப்போம்."

"சரி, கேசவண்ணே, குட் நைட்."

"குட் நைட்."

ஒரு பழைய சினிமா பாடலை நீட்டி முழக்கிப் பாடியவாறு கேசவன் இருளில் ஆழ்ந்தபோது, இவன் வயல்வெளியில் இறங்கி நடக்காமல் கடையின் முன்னால் நின்றான். நிறைவேறாத ஒரு ஆசை உள்ளுக்குள் முளை விட்டது. சுலேகாவை சும்மாவாவது ஒருமுறை பார்க்க வேண்டும்....

பாப்புட்டிக்காவை எழுப்பிக் கூப்பிட்டு பந்தம் கேட்டால் என்ன?

தூக்கக் கலக்கத்துடன் உள்ள முகமும் அமுத்தலான புன்னகையுமாக சுலேகா மீண்டும் முன்னே... வேண்டாம். ஆசைகளுக்குக் கடிவாளம் இட வேண்டியதுதான். அதற்கென்று ஒரு நாள் வரும். அதுவரை காத்திருப்போம்....

வயலில் இறங்கினான். கேசவன் சொன்னதும் உண்மைதான். வயல்வெளியில் மெல்லிய வெளிச்சம் இருக்கிறது. அது நட்சத்திரங்களின் வெளிச்சம்...

★

5

முற்றத்து பூஞ்செடிகளுக்கு முன்னால் ஃபோட்டோவிற்காக சியாமளா அண்ணியும் அம்பிகாவும் நிற்கிறார்கள். ரவி காமிராவின் கண்ணாடி வழியே அவர்களைப் பார்த்துக் கட்டளைகள் பிறப்பிக்கிறான். அதன்பின் காமிராவை தாழ்த்திப் பிடித்து கேட்கிறான்:

“ஒனக்கு யாருமேல கோவம் அம்பிகா?”

“எங்கிட்டியாதான் இருக்கும்” என்ற சியாமளா அண்ணி “பக்கத்துல நிக்க வேண்டியவங்க நின்னா எல்லாம் சரியா இருக்கும்” என்று கிண்டல் செய்தாள்.

“இந்த அக்காவே...”

அம்பிகா பின்புறமாக கிள்ளியிருக்க வேண்டும். “ஐயோ” என்று சிரிப்போடு கத்தினாள் அண்ணி.

“நீங்கக் கொஞ்சம் நேரா நிக்கப் போறீங்களா இல்லியா?”

“ரெடி சார்” – சியாமளா அண்ணி அம்பிகாவையும் சேர்த்து அணைத்துக் கொண்டு நின்றாள்.

ரவி சரியான கோணத்தில் வைத்து பட்டனை அழுத்தினான். போளாராய்டு கேமரா. சில விநாடிக்குள்ளேயே பிரிண்ட் வெளியே வந்து விழுந்தது. பெண்கள் இருவரும் ஃபோட்டோவைக் காண்பதற்காக அருகில் ஓடி வந்தார்கள். ரவி கார்டை எடுத்து காற்றில் மெல்ல ஆட்டினான். உருவம் தெளிந்து வர ஆரம்பித்தது... பட்டனை அழுத்தியபோது அம்பிகா புன்னகை செய்திருக்கிறாள்.

“நல்லாவே வந்திருக்கு. லைட்டுதான் கொஞ்சம் கொறைச்சலா இருக்கு.”

“இனிமே, நீங்க ரெண்டுபேரும் நில்லுங்க. நான் ஒங்க ரெண்டு பேரையும் ஒரு ஸ்நாப் தட்டறேன்” என்று கட்டளை யிட்டாள் சியாமளா.

“என் போட்டோ வேணாம்” என்ற ரவி, “மொதல்ல நான் ஷேவ்கூட செஞ்சிக்கல” என்று மேலும் கூறினான்.

“அது பரவாயில்ல...” என்றவள் அம்பிகாதான். சியாமளா அண்ணியைப் பார்த்ததும் தவறு செய்து விட்டோமோ என்று எண்ணி அவள் தன் நாக்கைக் கடித்துக் கொண்டாள்.

“பார்த்தியா? நீ ஷேவ் செஞ்சிக்கறதையோ குளிக்கறதையோ எல்லாம்கூட இப்போ அம்பிகாவே நிச்சயிக்கத் தொடங்கிட்டா. இந்தக் கணக்குல போனா கல்யாணம் செஞ்சிக்கிட்ட பிற்பாடு...”

“கொஞ்சம் சும்மாருங்கக்கா...” அம்பிகா பரிதாபத்துடன் கூறினாள்.

“எப்படியோ, இப்ப ஷேவ் செய்யணுங்கறதா சட்டம்? ரவி நில்லு. நல்லாயில்லேன்னா கிழிச்சிப் போட்டுடலாம்” என்று காமிராவை வாங்கிக் கொண்டாள் சியாமளா.

“எங்க அமுக்கறது?”

ரவி காமிராவைக் கையாளும் முறையை சொல்லிக் கொடுத்துவிட்டு அம்பிகாவின் அருகில் போய் நின்றான். அம்பிகா சாடையாக இவன் முகத்தைப் பார்த்துக் கொண்டிருந்தாள். காமிராவின் வழியாக சியாமளா பார்க்கும்போது மட்டும் பதவிசாக நின்றாள்.

“இங்கக் கொஞ்சம் பாருடி குட்டி” என்று சிரித்துக் கொண்டே கூறினாள் சியாமளா. “இப்ப நான் ஒரு போட்டோ எடுத்துக்கறேன்... அதுக்குப் பின்னால வேணும்னா முகத்தோட முகமா பார்த்துக்கிட்டு இரு.”

ரவி தூரத்தில் எங்கேயோ நோக்கினான். பாப்புட்டிக்கா வீட்டின் சுற்றுப்புறம் சூன்யமாக இருந்தது. சுலேகா ஆபீஸுக்குப் போயிருப்பாள். ஒரு ஃபேன் கூட இல்லாத அறையில் மேனேஜரின் அழைப்புக்கும் பயந்துகொண்டே தேங்காய் மட்டை கணக்குகளை அடித்துக் கொண்டிருப்பாள். இப்படி நிற்பதை அவள் காண நேர்ந்தாலோ?

"ஓ, ஃபைன்" என்று ஃபோட்டோவை நோக்கி அண்ணி கூறினாள். அம்பிகா அவளருகே ஓடி நின்றாள்.

"அதுக்குள்ளே ஒனக்கு என்னாயிட்டுது? இவ்வளவு தீவிரமா சிந்திக்கறே?"என்று ரவியிடம் கேட்டாள் சியாமளா.

ரவி ஃபோட்டோவை வாங்கிப் பார்த்தான்.

"நீ ஒரு பெஸ்ட் ஃபோட்டோகிராபர்தான் அண்ணி. எப்போதுமே ஃபோட்டோவுல மொகம் தெளிவா வுழறது பெரிய விஷயமில்ல. மொகத்தோட பாவங்கள்தான் தெளிஞ் சிருக் கணும்பாங்க. இதுல என்னோட பாவங்கள் தெளிவா வுழுந்திருக்கு."

"அம்பிகாவுது?"

"அம்பிகாவோட பாவமும் இருக்கு. எப்போதும் அவ மகிழ்ச்சியானவதானே. அதனாலதான் அந்த மொகத்துல அப்படியொரு சிரிப்பிருக்கு…"

"போங்க ரவியத்தான்?" என்று அவள் அலட்சியத்தை வெளிப்படுத்தினாலும் போட்டோவை கையில் வைத்து அதையே நோக்கிக் கொண்டிருந்தாள்.

அத்தை சாப்பிட்டு முடித்தபின் வயல்வெளிக்குப் போ யிருந்தாள். அறுவடையைப் பார்ப்பதற்குத்தான் போனாள். உச்சிவெயில் தாண்டியும்கூட வெப்பம் தணியவில்லை. சியாமளா நிர்ப்பந்தப்படுத்தியதால்தான் ரவியும் அம்பிகாவுடன் வயல்வெளிக்குச் சென்றான். அவர்கள் வரப்பின் வழியே நடந்தார்கள். தூரத்தில் ஒரு கருப்புப் பொட்டைப் போல் அத்தையின் துணிக்குடைத் தெரிந்தது.

"அக்கா சொன்னதும் ஏன் வயல்வெளிக்கு வர்லேன்னு சொன்னீங்க?" என்று அம்பிகா கேட்டாள்.

"சொன்னா என்னா, இப்போ வந்துட்டேன்ல?"

"வந்துட்டீங்க…!"

"நீ சொல்ல வேண்டியதயெல்லாம் இப்பச் சொல்லு, அம்பிகா!"

"வேணாம், ஒண்ணுமில்ல!"

அம்பிகா முன்னாலும் ரவி பின்னாலுமாக அந்தக் குறுகிய வயல் வரப்பின் வழியாக நடந்தார்கள். காதில் விசில் ஊதும் காற்று வெயிலின் கடுமையைக் குறைக்கிறது. அம்பிகாவின் தலைமுடியும் சேலை முனையும் காற்றில் அலைமோதின. அவள் சேலையை கூட்டிப் பிடித்தாள்.

அகலமான வரப்பில் ஏறியவுடன் ரவியும் வந்து உடன் சேர்ந்து கொள்வதற்காக அவள் நின்றாள்.

"நான் ஒண்ணு கேக்கட்டுமா? உண்மைய சொல்லுவீங்களா?' 'என்னா அப்படி, இத்தனை முக்கியமான கேள்வி?"

"எதுவா. இருந்தாலும் இருக்கட்டும். நீங்க உண்மைய சொல்லுவீங்கள்லே ரவி அத்தான்?"

"உம், கேளு!"

அம்பிகா நடப்பதை மெதுவாக்கினாள்.

"நீங்க வெளிநாட்டுக்குப் போயி எத்தன வருசமாச்சி... இந்த இடைப்பட்ட காலத்துல எப்போதாச்சும் என்னைப் பத்தி நெனைச்சதுண்டா?"

"இது சரியான ஸில்லி கேள்வியா இருக்கு! நான் என்னமோ முக்கிய விஷயமாவுள்ள எந்தக் கேள்வியையோ கேக்கப் போறியோன்னு நெனச்சேன்..."

"இதுகூட எனக்குப் பெரிய விஷயம்தான்...."

"என்னான்னு சொல்லு" என்றவன் மௌனமாக நடந்தான். மேலும் பத்தடி நடந்தவுடன் அம்பிகா கூறினாள்:

"இந்த சியாமளா அக்கா இருக்காங்களே, இவங்க பெரிய ஆளாக்கும், தெரியுமா?"

"அப்படியா? அண்ணி என்ன செஞ்சாங்க?"

"ஒரு நாளு நான் ஒங்க அட்ரஸைக் கேட்டேன் அத்தான். அப்பதான், 'என்ன, காதல் கடிதம் எழுதப் போறியா'ன்னு இந்த அக்கா கேட்டுட்டாங்க!"

அதைக் கேட்டதும் அவனுக்கு உரக்கச் சிரிக்கத்தான் தோன்றியது. அதெல்லாம் கிண்டல் என்று சொல்ல வேண்டும். ஆனால், முடியவில்லை.

"அப்ப, நீ என்ன சொன்னே அம்பிகா?"

"நான் என்னா சொல்லியிருப்பேன்? நீங்கதான் சொல்லுங்களேன்!"

"எனக்கெப்படித் தெரியும்?"

"யூகிச்சித்தான் சொல்லுங்களேன், கேக்கறேன்."

"நான் அப்படியொரு விஷயத்தை யூகிச்சி தீர்மானிக்க முடியாது."

"நீங்க ஒண்ணும் தீர்மானிக்க வேணாம். யூகம் தவறினால நானே சொல்லறேன்."

"நீ, 'ஐயோ, அதொண்ணும் இல்லக்கா'ன்னு சொல்லி யிருப்பே ..."

அம்பிகாவின் முகம் வாடி விட்டது.

"என்ன, நான் சொன்னது சரியில்லியா?"

"இல்ல."

"பின்னென்னா சொன்னே?" குரலிலுள்ள ஆவலை அம்பிகா தெரிந்து கொண்டிருக்க வேண்டும். அவள் மௌனம் பூண்டு வேகமாக நடக்கத் தொடங்கினாள்.

தன்னுடைய அகந்தையைப் பற்றித்தான் ரவி நினைத்துக் கொண்டான். இல்லே, அதை அகந்தை என்று அழைக்கலாமா? கீழ்படிய வைக்கவேண்டும் என்பதுதான் ரவியின் ஆசையாக இருக்கும். தானே கீழடங்கத் தயாராகவில்லை. 'இதோ ஒரு நேசமிக்க இதயம்' என்று கூறி ஒரு இலையில் இதயத்தை வைத்து நீட்டும்போது வெறுப்புதான் தோன்றும். வித்தியாசமான சாகச்சரியங்கள்தானென்றாலும், அதே வெறுப்புதான் ஜெயந்தி அலெக்ஸாண்டரிடமும் தோன்றியது.

"அலெக்ஸாண்டர் ஜோஷ்வா என்னோட அப்பான்னா நினைச்சீங்க?" என்று கேட்ட ஜெயந்தி உரக்கச் சிரித்தாள். "அந்தாளு என்னோட புருஷனாக்கும்."

சட்டென தான் ஏமாற்றப்பட்டது போல் தோன்றியது.

ஜெயந்தி சுய நினைவோடேவே கூறினாள்:

"கல்கத்தாவுல இருக்கும் போதுதான் நாங்க அறிமுகமானோம். அவுரு வங்காளி. இப்போ ரிஸர்ச் செய்துக்கிட்டு இருக்கறார்..."

ஜெயந்தியின் பிளாட்டில் ஜின் நிறைந்த கிளாஸ்களுக்கு முன்னே ரவி அமர்ந்திருந்தான். ஷாம்பு போட்டு தலை முழுகியதால் அவளுடைய அடர்த்தியான தலைமுடி மின் விசிறியில் அலையலையாக பறந்து... மேற்கொண்டு ஏதும் பேசாமல் வெளியேறினான். 'குட் பை' என்று மனம் மட்டும் முனகிக் கொண்டிருந்தது.

அம்பிகா முன்னே சென்று கொண்டிருந்தாள். நடையில் வேகம் கூடியிருந்தது. அருகில் சென்று அவளை அழைத்துக் கூறினான்:

"வெயில் நேரத்துல இவ்வளவு வேகமா நடந்தா சீக்கிரம் களைப்பேறபடும்."

"ஆவட்டுமே"

"நான் என் விஷயத்தைத்தான் சொன்னேன்"

பதில் இல்லை . அவளிடம் அவ்வளவு சீக்கிரம் கோபித்துக் கொள்ளக்கூடாது.

"பாருங்களேன், நடந்து போகலாம்னு சொல்லிட்டு, இப்ப என்னைத் தனியா வுட்டுட்டுப் போற ஆளைப் பாருங்களேன்."

அதற்கும் பதில் கிடைக்காமல் போனதும் நின்றான்.

"தோ பாரு, நான் திரும்பிப் போய்டுவேன்."

அப்போது அம்பிகாவும் நின்றாள்.

"அம்மா பார்த்துக்கிட்டு இருக்காங்க, தெரியுதுல்லே?"

"பாக்கட்டுமே. நானா கோவிச்சிக்கிட்டேன்?"

"வாங்க, ரவியத்தான்..."

அம்பிகாவின் குளிர்ந்த குணம் திரும்பி வந்தது. சேர்ந்து நடக்கும்போது அவள் கேட்டாள்:

"நான் கடிதம் போட்டதுக்கு நீங்க ஏன் பதில் போடல?"

"கடிதமா? நான் அதைப் பார்த்ததாகவே நெனப்பில்லையே. அங்கே டெலிவரி அப்படியொன்னும் பிராப்பரா இருக்காது"

அம்பிகா, “கஷ்டப்பட வேணாம். நான் எழுதவே இல்ல” நொடித்தாள்.

“பின்னே நான் எப்படி பதில் எழுத முடியும்?”

“கடிதம் எழுதினேன்தான்–“ அம்பிகா மெல்லிய குரலில். “என் மனசுக்குள்ளேயே எழுதிக்கிட்டேன். அதை நீங்க படிக்க முடியும்னுதான் நான் நெனைச்சேன்” என்றாள்.

மனதில் எழுதுவதைப் படிக்கக் கற்றுக் கொள்ளவில்லை என்று சொல்லத்தான் தோன்றியது. வேண்டாம். அம்பிகாவை மேலும் கோபப்படுத்த வேண்டாம். இருவரும் நடந்து வருவதை அத்தைக் கவனித்துக் கொண்டிருக்கிறாள். மேலும் ஒரு காட்சியை கிரியேட் செய்யாமல் அம்பிகாவை விட வேண்டியதாகி விட்டது.

“என்ன ஒண்ணும் பேசாம இருக்கீங்க?”என்று கேட்டாள் அம்பிகா.

“ஒண்ணுமில்ல.”

“ஒண்ணுமில்லாம வரமாட்டீங்க. வூட்டுக்கு வந்தப்போ இருந்த உற்சாகம் ஒண்ணும் இப்போ இல்ல. ஏன் ரவியத்தான்?”

திடீரென்று ரவிக்கு உற்சாகம் போய் விட்டது. நினைத்துப் பார்த்தால், அம்பிகாவைத் திருமணம் செய்துகொண்டு இருவரும் இணைந்து நடப்பதை எப்போதாவது கற்பனை செய்திருக்கிறோமா? இல்லை என்றும் சொல்ல முடியாது. ஆனால், இந்தக் கற்பனைகளுக்கு நிறம் மங்குவதற்கு மிகக் குறைந்த நேரமே போதும். பாசம் பிடித்த பித்தளைப் பாத்திரங்களைப் போன்றுள்ள எத்தனை யெத்தனையோ கற்பனைகள் மனதின் உள்ளறைகளில் உபயோகமற்று கிடக்கின்றன! அவற்றோடு கூட மேலும் ஒன்று சேர்ந்துள்ளது –

இப்போதைய உயிர்ப்புள்ள கற்பனை வேறொன்றாகும் – டைப்ரைட்டரில் நடனமாடும் வெண்மையான மெல்லிய விரல்கள். சேலை முனையின் முக்காட்டிற்குள் தோன்றும் நிலவைப் போன்ற நிர்மலமான ஒரு முகம் –

“ஒங்களுக்குத் தெரியுமா ரவியத்தான்?”என்று அம்பிகா உத்வேகத்துடன் கேட்டாள்: “நான்... நான் இப்படி ஒங்கக் கூட நடக்க எவ்வளவு ஆவலா இருந்தேன் தெரியுமா?”

"இந்த மண்டைக் காயற வெயில்லேயா?"

"இருக்கட்டுமே. எனக்கு வெயில்ல சூடே தோணல." ரவி ஒன்றும் பேசவில்லை.

இப்போது அவளுடைய புடவை காற்றில் பறந்து இவனுடைய உடலில் உராய்ந்தது. அதை அவள் அறிந்துமிருந்தாள்.

"நான் எல்லாத்தையும் இப்படி மனம் தெறந்து பேசறதாலதான் என்கிட்ட கோபிச்சிக்கிறீங்களா ரவியத்தான்?"

"அம்பீ?" – பவ்யமாக அழைத்தான்: "நில்லு!"

அவள் நின்றாள். சூரியக் கதிர்களால் கண்களைச் சிமிட்டியவாறு ரவியின் முன்னே முகம் நிமிர்ந்து நின்றாள்.

"என்ன, ரவியத்தான்?"

"நான் ஒரு விஷயம் சொல்லணும்."

"என்ன விஷயம்."

இரிகேஷனுக்காக வெட்டப்பட்டிருக்கும் வாய்க்காலின் பக்கவாட்டிலுள்ள கற்றாழை மட்டைகளின் மறைவில்தான் அவர்கள் இப்போது நின்றார்கள். அத்தையின் பார்வை இப்போது அவர்களின்மேல் படாது–

தன் முகத்துக்குச் சிறிது கீழே முகம் நிமிர்ந்து நிற்கும் இளம்பெண். ஆவல் தளும்பும் கண்கள். வெயில் பட்டு சிவந்து போன கன்னங்கள். "பணிந்து விட்டேன்" என்பது போன்று சிறிது மலர்ந்த அதரங்கள்–

மனம் ஒரு காட்டுக் குரங்குதான். ஒரு மரத்திலிருந்து மற்றொரு மரத்திற்குத் தாவி, மலரும் பூக்களைக் கசக்கி எறிந்து, காய்களை அடித்து வீழ்த்தி...

ஒரு நிமிடம் போதும், மார்போடு அவளை அணைத்துக் கொள்வதற்கு. தடித்த கன்னங்களிலும் பாதி மூடிய விழிகளிலும் சிவந்த உதடுகளிலும்... வேண்டாம். சுய நலமியாக வேண்டாம். காட்டுக் குரங்கைக் கட்டுக்குள் கொண்டு வர வேண்டியதா யிற்று. பூக்கள் கசக்கி எறிவதற்காக மலரவில்லை...

"நீ எல்லாத்தியும் ஸ்போர்ட்டிவா எடுத்துப்பேன்னு எனக்குத் தெரியும். அதனாலதான்..."

“என்னா ரவியத்தான்?” என்றவளின் கண்களிலுள்ள பிரகாசம் உள்தொண்டைக்கு பாதை மாறுவதைக் காண முடிவதுபோல் இருந்தது ரவிக்கு.

“சில பேருங்கள்லாம், சொல்லப் போனா நம்ம வூட்டுக்காரங்களே நம்மைப்பத்தி என்னவெல்லாமோ முடிவு செஞ்சி வச்சிருக்காங்க. ஹோப்ஸும் வச்சிக்கிட்டிருக்க கூடாதுதானே...”

“நீங்க எதைப்பத்தி சொல்றீங்க ரவியத்தான்?”

“சொல்றேன். உனக்கு என்கிட்டவுள்ள எண்ணத்த என்னால புரிஞ்சிக்க முடியும் அம்பிகா. ஆனா...”

“ஆனா?” அவளிடம் அதுவொரு திடுக்கிடலாக இருந்தது.

ஆனால்! இந்த ஆனால் என்பது மிகப் பெரியதாகவே இருந்தது. காரிய காரணம் உறவில்லாத ஒரு ஆனால் இது. என்றாலும், எல்லாவற்றையும் கேட்டு முடியும்போது அவளின் முகம் வெளுத்துப் போகலாம். கண்களில் கண்ணீர் நிரம்பி யிருக்கலாம். இல்லையென்றால் கோபத்தினால் முகம் சிவந்து போகலாம்.

“நட, சொல்றேன்.”

நடக்கும்போதே ரவி சாவதானமாக விவரிக்கத் தொடங்கினான்.

கல்ஃபிலுள்ள வேலை இன்னும் சிறிதுகாலம்தான் இருக்கும். அங்குள்ள அரசாங்கம் வெளிநாட்டுக்காரர்களைத் திருப்பி அனுப்புகிறார்கள். இங்கே வந்த பின் என்ன வேலை கிடைக்கும்? இப்பொழுது மற்றவர்கள் சொல்கிறார்களே என்று அம்பிகாவைத் தான் திருமணம் செய்வது ஒரு துரோகமாகவே தோன்றுகிறது. அம்பிகா ஒரு நல்ல யோக்யமான ஒரு கணவனை அடைவதற்கான வாய்ப்பு நிறையவே இருக்கிறது. அப்பா அம்மாவுக்கு ஒரே மகள்; நல்ல அழகும் கூட...

அப்படிப்பட்ட ஒரு உத்தேசம் ஏற்பட்டு இருக்கவுமில்லை. இளம் வயதில் நமக்குள் நாம் என்னவெல்லாமோ முட்டாள்தனமாகச் சொல்லிக் கொண்டோம்? காண்பித்தும் கொண்டோம்!

அந்த காலத்தில் தன்னுடைய மோகம் என்பது ஒரு கண்டக்டராக இருந்தது. பஸ்ஸின் முழு அதிபராக – ஒரே விசிலில் பஸ்ஸை நிறுத்தும் நபராக இருந்தது.

கொஞ்ச காலம் கழித்து பெரியவனானபோதுதான் கண்டக்டரின் கற்பனைக்கு நிறம் மங்கி விட்டது. அம்மாவுக்குச் சிகிச்சை அளிக்க வந்த டாக்டராக மாறிய அம்மோகம், வெகுகாலம் வரையில் மனதில் இருந்தது.

ஊராட்சி சாலையிலேயே காரை நிறுத்திவிட்டு வெள்ளைப் பாண்டும் புஷ் சட்டையும் அணிந்து வயல்வரப்பின் வழியே நடந்து வரும் டாக்டர்... அவ்வாறு ஒவ்வொரு சந்தர்ப்பங்களில் ஒவ்வொரு கற்பனையாக...

அம்பிகாவின் முகத்தைப் பார்க்க முடியவில்லை. அவள் முன்னே நடந்து கொண்டிருந்தாள். ஒன்றன்பின் ஒன்றாகவும் ஒழுங்காகவும் பிரச்சினை வெளிப்பட்டது என்றும் தோன்றவில்லை. சொன்னதையெல்லாம் அவள் கேட்டாள் என்றும் தோன்றவில்லை....

அவர்கள் இருவரும் அத்தையின் அருகே சென்றபோது அறுவடையில் மூழ்கியிருந்த பெண்கள் நிமிர்ந்தார்கள். அவர்களில் யாரோ என்னவோ சொல்லி விட்டு சிரிக்கவும் செய்தார்கள்.

அம்பிகா அருகில் வந்தவுடன் அத்தைக் கேட்பது கேட்டது:

“என்னம்மா, தலைவலி வந்துட்டுதா? கண்ணெல்லாம் கலங்கிப் போயி கெடக்குதே?”

அறுவடையில் பங்கு கொள்ளாமல் சிந்திய நெற்கதிர்களைப் பொறுக்கிக் கொண்டிருந்த கிழவி ஒருத்தி அருகில் வந்தாள்.

“தலைவலி வந்துட்டுதாம்மா?”என்றாள் கிழவி.

“என்னா வெயிலா இருக்கு? ஒரு கொடயக்கூட எடுக்காம வந்துட்டியே?”

சூரியனைக் கையினால் மறைத்துக் கொண்டே கிழவி ரவியின் அருகே நகர்ந்தாள்.

“நான் கொஞ்சம் ஒங்கள நல்லா பாத்துக்கறேன் எஜமான். நீங்க பெரிய ஆளா ஆனப்புறம் இந்த அடிமைங்கள அடியோடு மறந்துட்டீங்களே எஜமான்.”

அத்தைச் சிரித்துக் கொண்டே, "ரவி யாரையும் மறக்க மாட்டான், குஞ்ஞும்மா" என்றாள்.

"அப்படின்னா அதுவே போதும். தூரத்திலேர்ந்து ரெண்டு பேரும் வயக்காட்ல நடந்து வந்ததப் பார்த்தப்போ அந்த ஸ்ரீராமனும் சீத்தாவும் போலவே... அவுங்க தலையெழுத்து நல்லா இருந்தா எல்லாம் நல்லாவே நடக்கும்."

அத்தைத் திருப்தியாகச் சிரித்தாள். அம்பிகா தாயின் அருகே நெருங்கி அவளின் தோளில் தலையைச் சாய்ந்துக் கொண்டாள்.

"அதுக்குள்ள இந்தக் கொழந்தைக்கு வெக்கம் வந்துடுச்சா?" என்று சிரித்தக் கிழவி, "எஜமானோட கல்யாணத்துல ஒரு கிளாஸ் பாயாசம் குடிக்கணும்னு இந்தக் கெழவிக்கு ஒரே ஆசை. அது எப்படியும் நெறவேறிடும்னுதான் இப்ப தோணுது. ஒரு மாசத்துக்குள்ள இந்தக் கெழவி ஒண்ணும் சாவ மாட்டா" என்று உருக்கமாகக் கூறினாள்.

"உனக்குத் தலைவலி அதிகமா இருக்குதாம்மா?" என்று அத்தைதான் கேட்டாள் அம்பிகாவிடம்.

அம்பிகா பதில் கூறாமல் ஒரு தேம்புதலை மட்டும் வெளிப்படுத்தினாள். சரித்துப் பிடித்த துணிக்குடைக்குள்ளிருந்து அத்தையின் கவலை நிறைந்த விசாரணை கேட்டது:

"என்ன... என்னா .... என்னாம்மா .."

ரவி வரப்பில் ஒரு பார்வையாளனைப் போல் நின்றான்.

கனவுலக நிலையைச் சில நேரங்களில், தீவிர உறக்கத் திலிருந்து உணர்வதற்குக் கொஞ்ச நேரத்திற்கு முன்புதான் நாம் அறிந்து கொள்கிறோம். ஆம், நிகழ்ந்து கொண்டிருப்பது உண்மை இல்லை, கனவுதான் என்று. என்றாலும், சிக்கெடுத்துப் பிரிக்க முடியாத சிங்கத்தின் பிடரி முடியைப் போல் வாழ்க்கையைச் சுற்றி அவையும் வளருகின்றன.

வளைந்து பிரிந்த இரும்பு படிகளின் வழியாக ரவி ஏறுகிறான். அவ்விடம் வொர்க் ஸைட்டாக இருக்கிறது. பெரிய எண்ணெய் டாங்கினைச் சுற்றிதான் அந்த இரும்பு படிக்கட்டு இருக்கிறது. எண்ணிலடங்காத படிக்கட்டுகள் பார்வைக்குப் படாத உயரம் வரையில் இருக்கின்றன.

கடுமையான வெயில்...

பின் செங்குத்தான மலையின் பக்கவாட்டின் வழியாக கயிறைப் பிடித்துக்கொண்டு அந்த அளவு உயரத்திற்கு ஆயாசத்துடனும் மேல் மூச்சு வாங்கவும் ஏறுகிறான்.

ரவி திரும்பி நோக்குகிறான். தலையின்மேல் சேலை முனையை முக்காடிட்ட பெண்ணொருத்தி மிகவும் கீழே இருக்கிறாள். அவளும் பின்னாடியே வருகிறாள். ஆதரவற்ற நிலையில் விழிகளை உயர்த்தி மேலே நோக்குகிறாள்.

திடீரென ஒரு கூச்சல். சுலேகா கயிற்றை கை நழுவ விட்டுவிட்டு பூமியில் விழுகிறாள். அப்போது, 'சுலேகாஞ்' என்று உரக்கக் கத்த வேண்டும்போல் தோன்றுகிறது.

திடுக்கிட்டு சுய நிலைக்கு வந்தான் ரவி. வியர்த்து இருந்தது.

கடிகாரத்தின் ரேடியம் டயலில் மணி இரண்டு. எழுந்து மேஜைமேல் வைத்திருந்த கூஜாவிலிருந்து ஒரு மிணறு தண்ணீர் குடித்தான். விளக்கின் திரியை உயர்த்தி ஒரு சிகரெட்டைப் பற்ற வைத்தான்....

கனவுகள் இவனுக்குப் பழக்கமில்லாதவைதான். பகல் முழுவதும் செய்த வேலையாலும் பயணத்தாலும் இரவில் எல்லாவற்றையும் மறந்து உறங்க முடியும். இப்போது தினசரி பழக்கமே மாறிவிட்டது. பகலில் உறங்க வேண்டியதாகிறது. அதனால், கெட்ட கனவுகள் இரவின் உறக்கத்தை தொந்தரவு செய்கின்றன.

தூரத்தில் ஒரு குள்ள நரி ஊளையிட்டது.

ஒரு நாயும் நீளமாக ஊளையிட்டது. அதைத்தொடர்ந்து பல இடங்களிலிருந்து நாய்களின் குரைப்புச்சப்தம் கேட்க ஆரம்பித்தது.

மனிதன் உறங்கும்போது நாய்கள் உஷார் நிலையில் இருக்கின்றன. ஒரு வேண்டாத சப்தம் கேட்டால் போதும் எல்லாம் அதை எதிரொலிக்கின்றன.

எழுந்து ஜன்னலருகே வந்து நின்றான். மங்கிய நிலவு. ஒரு பிறை நிலவு ஆகாயத்தில் எங்கேயோ மேகங்களின் மறைவில் மறைந்திருக்க வேண்டும்.

தமிழில்: குறிஞ்சிவேலன்

தூரத்திலுள்ள சுலேகாவின் வீட்டுப் பக்கம் நோக்கினான் ரவி. மரங்களுக்கிடையே வயலின் ஒரு பகுதியை மட்டுமே அவனால் தெளிவாகக் காண முடிந்தது.

சுலேகா இப்போது தூக்கத்தில் இருப்பாள்.

ஒன்றும் அறிந்து கொள்ளாமல்– அமைதியாக தூங்குவாள்...

அவள் கனவுகள் காண்பாளோ? நல்ல கனவுகளோ இல்லை கெட்ட கனவுகளோ? கேட்டது இல்லை. அவளை மாலையில் சந்தித்தான் ரவி. சிறிது நேரம் பேசிக் கொண்டிருந்தான். அந்தி நேரம் கழித்து இருள் பரவுவதற்கு முன்புதான்... அந்த நேரத்தில்தான் பாப்புட்டிக்கா கடைக்குப் போயிருப்பார். ரஸாக்கும் டியூஷனுக்குப் போயிருப்பான்.

அம்பிகாவைக் குழப்பி அனுப்பிய விஷயத்தைச் சொன்னவுடன் சுலேகா பயந்து போனாள்.

“இனி இந்த ஊரு முழுக்க...”

“இன்னிக்கு இல்லோன்னாலும் நாளைக்குத் தெரியாமயாப் போயிடப் போவுது”.

சுலோகா மௌனமாக நின்றாள்.

“என்னா, பயம் தோணுதோ?”

சுலேகா பதில் சொல்லவில்லை. உள்ளே இருள் படர்ந்தது.

“விளக்கேத்தணும்” என்று கூறி சுலேகா உள்ளே போகத் தொடங்கினாள்.

“நில்லு. நாம ஒருத்தருக்கொருத்தரு பாத்துக்கறதுக்கு வெளிச்சம் வேணுமா?”

கையை நீட்டினான். உள்ளங்கையில் மிருதுவான விரல்களின் ஸ்பர்ஸம். உள்ளங்கையை சட்டென உதட்டோடு சேர்த்தான். அவளின் சுவாசம் நெஞ்சில் பட்டது.

“வாப்பா வர்ற நேரமாயிட்டுது” என்று அவனின் மார்பிலிருந்து முகத்தை விலக்கிக் கொண்டே சுலேகா கூறினாள்.

“இனிமே நாம எப்போ பார்த்துக்கலாம்” என்று அவளைச் சுதந்திரமாக்காமலேயே கேட்டான்.

“எப்போதாவது...”

"அது போதாது. எனக்கு உன்னை எப்போதும் பார்த்துக்கொண்டே இருக்கணும்."

சட்டென டார்ச் லைட்டின் பிரகாசம் அவர்களின் மேல் வந்து விழுந்தது. சுலேகா திடுக்கிட்டு விலகினாள். வாப்பா இல்லை. வாப்பா என்றால் பந்தத்தின் வெளிச்சம் தூரத்திலிருந்தே தெரிய ஆரம்பித்திருக்கும். டார்ச் லைட்டை மின்ன வைத்தவாறு ஒருவன் கடைக்குள் வந்தான்.

அப்துல்தான் உள்ளே வந்தான்.

சுலேகா வாயிலின் திரைச் சீலையை விலக்கிக் கொண்டு உள்ளே போனாள்.

"அட, நீங்களா?"என்று அப்துல் அறிமுக பாவனையைக் காட்டிச் சிரித்தான்.

"இங்க பாப்புட்டிக்கா இல்ல போலிருக்கே?"

விளக்குடன் வந்த சுலேகாவின் முகம் கனத்திருந்தது. என்றாலும் அவள் வினயத்துடன் விசாரித்தாள்.

"அப்துக்கா, நீங்க என்ன இந்த வழியா வந்திருக்கீங்க?"

"வாப்பாவை பாக்கத்தான் வந்தேன். ஆளில்லையா?"

"வாப்பா பொன்னானி வரைக்கும் போயிருக்காங்க. வர்ற நேரந்தான்."

"இங்க இருந்து போவறதுக்கு நேரமில்ல. நான் வந்திருந்தேன்னு மட்டும் சொல்லிடு. அப்புறம் வந்து பாத்துக்கறேன்" என்ற அப்துல், ரவியின் பக்கம் திரும்பி, "அப்புறம் பாக்கலாம்" என்றான்.

அமைதியுடன் அப்துல் வெளியேறினான் என்றாலும் அடக்கி வைத்த கோபம் அவனின் பேச்சில் தெளிவாக இருந்தது. சுலேகா நடுங்கிப் போய் நின்றாள். அவனைச் சமாதானப்படுத்த முயன்றான். "எது வேண்டுமென்றாலும் சொல்லிக் கொள்ளட்டும். நீ பயப்படாதே" என்றான்.

சிறிது நேரம் கழிந்ததும் தூரத்தில் பந்தத்தின் வெளிச்சம் தெரிய ஆரம்பித்தது. சுலேகா சேலைத் தலைப்பால் கண்களைத் துடைத்துக் கொண்டாள்....

அவ்வாறு ஒரு இறுக்கமான சூழ்நிலையோடுதான் அவர்கள் பிரிந்தார்கள். அவளால் இப்போது எப்படித் தூங்க முடிகிறது?

தீயை மார்பில் வைத்துக் கொண்டு அமைதியாக தூங்க முடியுமோ?

ரவி சிகரெட் துண்டை ஜன்னல் வழியாக வீசியெறிந்தான். கூஜாவிலிருந்து மேலும் ஒரு மிணறு தண்ணீர் குடித்தான். பின், கட்டிலில் மல்லார்ந்து படுத்துக் கொண்டான்.

தாயின் தோளில் தலையைச் சாய்த்துத் தேம்பும் அம்பிகாவின் உருவம் சட்டென அவன் நினைவிற்கு வந்தது.

அன்றிவு நேரங்கழித்து வீட்டையடைந்தபோது சியாமளா அண்ணி நம்ப முடியாத தொனியில்:

"நீங்க ரெண்டுபேரும் ஜாலியாத்தானே போனீங்க. அப்புறம் என்ன நடந்தது?" என்று கேட்டாள்.

பேசாமல் இருந்தவுடன் அவள் வருத்தப்பட்டாள்.

"என்கிட்ட சொல்லக்கூடாத ரகசியம்னா சொல்ல வேணாம். அம்பிகா கிட்ட கேட்டப்போகூட அவளும் ஒண்ணும் சொல்லல... அந்தப் பொண்ணு நீர் நெறைஞ்ச கண்ணோடுதான் போனா..."

ரவிக்குத் தூக்கம் போய் விட்டது. எழுந்து சிகரெட் பாக்கெட்டை எடுத்தான். சிகரெட் தீர்ந்து போயிருந்தது. கட்டிலுக்குக் கீழே இருந்த பெட்டியை இழுத்துத் திறந்தான். சிகரெட் பெட்டிக்காக தடவிப் பார்த்தபோது ஒரு பெரிய பாக்கெட் கையில் தட்டுப்பட்டது. இராமகிருஷ்ணன் தன்னுடைய வீட்டில் கொடுக்கச் சொல்லிக் கொடுத்த பாக்கெட் அது தான் என்று அப்போதுதான் அவனுக்கு நினைவுக்கு வந்தது. கொஞ்சம் துணியும் காஸ்மெட்டுக்களும் மட்டும்தான் அதிலுள்ளன என்றும் இராமகிருஷ்ணன் சொல்லியிருந்தான். வீட்டுக்கும் அவன் கடிதம் இதுபற்றி எழுதவில்லை. அதனால் அவசரப்பட்டுக் கொடுக்க வேண்டுமென்பதில்லை. திரும்பிப் போவதற்குள் எப்போதாவது கொடுத்தால் போதும்...

நாளைக்கே அதைக் கொண்டுபோய் கொடுத்து விட வேண்டும். திருச்சூருக்குப் பக்கத்தில்தான் அவனுடைய வீடு

இருந்தது. காலையிலேயே ஒரு பஸ் பயணம் சென்றால் போதும். அதோடுகூட சலீமையும் சந்தித்து விட வேண்டும். அங்கே பக்கத்திலேயேதான் சலீமின் வீடும் ஃபாக்டரியும் இருக்கிறது என்று இராமகிருஷ்ணன் கூறினான்.

கல்ஃபிலிருந்து வேலையை ராஜினாமா செய்து விட்டு திரும்பிய பின் சலீம் ஒரு கடிதம் அனுப்பியிருந்தான். தந்தையின் அகால மரணத்தோடுகூட பிஸினஸின் சுமை முழுவதும் தன் தலையில் வந்து விழுந்து விட்டதென்றும் எழுதியிருந்தான்.

அப்புறம் சில மாதங்கள் கழித்து திருமண அழைப்பிதழ் கிடைத்தது...

அவன் இப்போது மனைவியும் ஒன்றிரண்டு குழந்தைகளுமாக ஒரு தொழிலதிபனின் நெருக்கடி மிகுந்த நாட்களுடன் வாழ்ந்து கொண்டிருப்பான்.

நாளைக்கே சலீமையும் சந்தித்துவிட வேண்டும். இந்த இறுக்கமான சூழ்நிலையிலிருந்து கொஞ்ச நேரமாவது விடுதலைப் பெற்றே தீரவேண்டும்.

6

கார் ஓடிக் கொண்டிருக்கும் போதே சலீம் சொன்னான்:

"ரவி, அந்த வேலையை தூக்கியெறிஞ்சிட்டு வந்துடு. என்கிட்ட ஒரு புது புரோஜக்ட் இருக்கு. அதுல ஒரு ஷேரை உனக்குக் கொடுக்கறேன். உன்னோட அக்கௌண்ட்ல ரெண்டுலகரமாவது இருக்குமில்லே, அஞ்சி வருஷத்துலேயே அதை ஃபைவாக்கிடலாம். வொர்க் சூப்பர்வைஸ் பண்றதுக்காகவும் நீ சம்பளம் எழுதி எடுத்துக்கலாம். உனக்கு அதுல விருப்பம்னா மேற்படி டீடெயில்ஸ நாம் உக்கார்ந்து பேசுவோம் – என்ன சொல்றே?"

ஒன்றும் சொல்லவில்லை.

"உன்னோட உத்தியோகத்துல இன்னும் ரெண்டு வருஷத்துக்காவது அங்க இருக்க முடியுமா?"

"முடியாது. ஆனா, பிஸினஸ்லல்லாம் நான் சோபிக்க மாட்டேன்."

"நீ எப்பவுமே இப்படித்தான்பா?" என்று சலீம் குற்றம் சுமத்தினான். எதிலுமே உனக்கு இன்ட்ரஸ்ட் இல்ல. ஒண்ணிலும் நல்ல எதிர்பார்ப்புமில்ல. நாட்டட்டால் ஆப்டி மிஸ்டிக்."

"நீ சொல்றது ரொம்ப சரி. என்னோட பேக்ரவுண்ட் அப்படியாயிட்டுது."

"என்னா பெரிய பேக்ரவுண்ட்! கொஞ்சமாவது அட்வஞ்சரஸ் ஆகணும், ரவி. அப்படின்னாதான் லைஃப்ல வெற்றி பெற முடியும்?"

“வெற்றி பெறணும்னு எனக்குத் தோணணுமில்லே சலீம்?”

“அப்போ, தோற்கணும்னு மட்டும் ஆசையிருக்கா?”

“இந்தத் தத்துவ உபதேசிப்பதாலெல்லாம் என்ன புண்ணியம்? வூட்டைத் தேடிக் கண்டு புடிச்சி போனப்போ வேலைக்காரன் மட்டும்தான் இருந்தான். உன்னோட வூட்டுக் காரி என்னானா? பிரசவத்துக்குப் போயிருக்காளோ?”

சலீம் ஒரு நிமிடம் வரையில் ஒன்றும் பேசவில்லை. கார் டவுனை அடைந்து விட்டிருந்தது. வாட்சை நோக்கினான். காரை பக்கவாட்டு ரோட்டுக்குத் திருப்பினான்.

“இங்க ஒரு ட்ரைவ் இன் ரெஸ்டாரண்டு இருக்கு,” என்ற சலீம், “வீட்ல சமையல்காரன் பருப்பு சாம்பாரைத்தான் செஞ்சி வச்சிருப்பான். ப்ரிட்ஜிலவுள்ள கறியும் மூணு நாளு பழசா இருக்கும். உன்னைப்போல ஒரு முக்கிய விருந்தாளிங்களுக்கு அது ஏற்காது. அதனால, இங்கியே சாப்புட்டுடலாம்” என்று கூறினான்.

கார் பழைய மாடலில் உயரம் குறைந்த கட்டடத்தின் ‘லானி’ல் போய் நின்றது. கதவைத் திறந்து இறங்கும்போதே வெள்ளை யூனிஃபார்ம் அணிந்த வெயிட்டர் வந்து சலீமை வணங்கினான்.

“ஒங்களப் பார்த்தே கொஞ்ச நாளாயிட்டுதுங்களே சார்?”

“எந்த ரூமு காலி?”

“ரூமிருக்கு சார். சாப்பிடத்தானே?”

“ஆமாம்.”

வெயிட்டர் அவர்களை வராண்டவின் வழியாக ஓரத்திலுள்ள அறைக்குள் அழைத்துச் சென்றான். மரத்தடுப்பால் உண்டாக்கிய அறை. புராணத் தன்மை முழுமை பெற்றிருக்கும் ஃபர்னிச்சர். இந்த ரெஸ்டாரண்டு முன்பு பெரியதொரு பழங்கால அரண்மனையாக இருந்திருக்க வேண்டும். எது எப்படியிருந்தாலும் பழைமையும் கேரளீயத் தன்மையும் நிலை கொண்டுள்ளன.

மெனுகார்டு பார்க்க முயற்சிக்காமலேயே உணவுக்குத் தேவையான பொருள்களை சலீம் ஆர்டர் செய்தான்.

வெயிட்டரிடம், "வண்டியில ஒரு பாட்லு இருக்கு. அத இங்கு எடுத்துக்கிட்டு வாயேன்" என்று கூறினான்.

"இங்கியும் நல்ல சரக்கு இருக்கு சார்."

"இந்தியாதானே? வேணாம். நீ கிளாஸையும் ஐஸ் வாட்டரையும் மட்டும் கொண்டாந்தா போதும்."

வெயிட்டர் போனவுடன், "நான் வர்றபோதெல்லாம் இங்குதான் புகுந்துப்பேன். மீல்ஸல்லாம்கூட ரொம்பவும் ஹோம்லியாவே இருக்கும். கொஞ்சம் காஸ்ட்லியா இருக்கறதால கச்சடா பார்ட்டிங்க ஒண்ணும் உள்ள வராதுங்க. நீயே பாரேன், ஒரு ஓட்டலோட கலாட்டா கிலாட்டா ஏதாச்சும் இருக்கா?"என்று சலீம் ரவியிடம் கூறினான்.

"நீ சொல்றதும் சரிதான்."

"அபுதாபியில மம்மதுகானோட பொட்டிக்கடை இப்பவும் இருக்கா?"

"இல்ல. மம்மதுக்கா செத்துட்டாரு."

"அடே! எப்போ?"

"போன வருஷம்தான். ரோடு ஆக்ஸிடெண்ட்ல செத்துட்டாரு, ட்ரக்கும் காரும் மோதிக்கிச்சு. அந்தக் காருலதான் மம்மதுக்கா கடைச்சாமனுங்கள வாங்கிக்கினு வந்தாரு. அப்பதான் அந்த ஆக்ஸிடெண்டும் நடந்துட்டுது."

"புவர் கை. எல்லாருக்குமே நல்ல ஹெல்ப்புல் மனுஷனா இருந்தாரு."

"அந்த மொகம் இப்பவும் என் கண்ணு முன்னாடியே இருக்கு. முடியும்னா திருரு போயி அந்த ஃபேமிலியயாவது பார்த்துட்டு வரணும்"

"உன்னோட ரூம்மேட் ராமகிருஷ்ணன் என்ன சொல்றான்?"

"நல்லாதான் இருக்கான். ராமகிருஷ்ணன் வூட்டுக்குப் போ யிட்டுதான் வர்றேன்."

வெயிட்டர் ஜானிவாக்கர் பாட்டிலைக் கொண்டு வந்து வைத்ததும் சலீம், ஒரு ப்ளேட் பொட்டாட்டோ சிப்ஸையும் கொண்டாந்து வை– உன்னோட பேர நான் மறந்துட்டேன்பா..." என்று கூறினான்.

“ராமச்சந்திரன்.”

“ஆங்..., ராமச்சந்திரன்... மீனு வறுக்க அதிக நேரமாகுமா?”

“இல்ல சார், ஒரு பெக்கை முடிக்கறதுக்குள்ள ரெடி சார்.”

விஸ்கியை கிளாஸ்களில் ஊற்றும்போதே சலீம், “என்ன கேட்டே? பொண்டாட்டிக்கு பிரசவலீவு இல்லேன்னா?”என்று கேட்டான்.

“உன்னோட வூட்ல நீ தனியா இருந்ததையும் ஓட்டல் பலகாரத்தையுமெல்லாம் பார்த்தப்போதான்... என்னோட ப்ரிஸம்ஷன்...”

“என் விஷயம் இருக்கட்டும். உன்னோட விஷயத்தையெல்லாம் சொல்லு. கல்யாணம் முடிஞ்சிட்டுதா?”

“இல்ல. நான்தான் அப்புறம் லீவுலேயே வூட்டுக்கு வரலியே!”

“அதுல்ல, அங்கியே ஆஸ்பத்திரியிலோ மற்ற எடங்கள்லேயோ உள்ள பொண்ணுங்களக் காதலிச்சு... அப்படி ஏதாச்சும் நடக்கலாமில்லே...”

“அப்படியொண்ணும் நடக்கல.”

“அன்னிக்கு விரலுஒடிஞ்சி ட்ரெஸ்ஸிங் செஞ்சிக்க போயிருந்தப்போ ஒருத்தி உன்கிட்ட கொஞ்சம் ஒரு மாதிரியா நடந்துக்கிட்டாள்லே? அதான் அந்த நர்சு. அவ பேரு என்ன? ஜெயந்தியா?”

“ஜெயந்தி ஜோஷ்வா. அவுங்க கல்யாணம் ஆனவங்களாச்சே?”

“ஆயிட்டுதா? கல்யாணம் ஆவலேன்னாலும்கூட என்ன புண்ணியம்? உன்னாலல்லாம் காதலிக்க முடியுமா?”

இதற்குப் பதில் சொல்ல வேண்டியதில்லை. சலீம் தன்னைப்பற்றி அதிகம் தெரிந்து கொள்ளாமல் இருப்பதுதான் நல்லது. முடிந்து போன அத்தியாயம் அது.

“மிஸ்டர் ரவி ஒங்க ப்ளாட்டில் இடமில்லேன்னா சொல்லுங்க. நான் ஒங்கள அழைச்சிக்கறே.... என் ரூம் மெட்டுங்கள்லாம் நைட் ஷிப்டுதான். காலையில எட்டு மணிக்கு முன்னால எவளும் வரமாட்டாளுங்க.”

அப்புறம் காலையிலேயே குழப்பமான அவளுடைய சிரிப்பு....

"மிஸ்டர் ஜோஷ்வா என்னோட ஹஸ்பண்டாக்கும்... டாக்டரேட் முடிச்சுட்டா ஸ்டேட்ஸில் சான்ஸ் கெடைக்கும். எனக்கும் அவரோடு கூடப் போக முடியும்... கல்ஃப் எனக்கு வெறுத்துட்டுது."

"கல்யாணம் இந்த லீவுல இருக்குமா? பொண்ணு கிண்ணு பாக்கப் போனியோ?" என்று கேட்டான் சலீம்.

"இல்ல."

"என்ன இல்ல? கல்யாணம் இல்லேங்கறியா, இல்ல பொண்ணுப் பாக்கவே போவலேங்கறியா?"

"ரெண்டும் தான்."

"அதென்னடா அப்படிச் சொல்றே."

அதற்குப் பதில் கூறவில்லை.

முதல் 'பெக்' உள்ளே சென்றதும் சலீம் தன்னுடைய தோல்வியடைந்த திருமணக் கதையைக் கூறத் தொடங்கினான்.

"...அவளுக்கு கல்லூரியில் டியூட்டர் வேலை. அது ஒரு லாயக்கில்லாத காலேஜ்தான். நிக்காஹிற்கு முன்னால வேலையை ராஜினாமா செய்யனும்கற கண்டிஷனெல்லாம் அப்போ நான் வைக்கல... அவளைவிட அதிகம் சம்பளம் வாங்குபவர்கள் நூற்றுக்கு மேலேயே எனக்கு உண்டு. ஆனால், கல்யாணம் முடிஞ்சவுடன் வேலையை ராஜினாமா செய்யறதுக்கு அவள் தயாராக இல்லை. எழுநூறோ எண்ணூறோதான் அவனுங்க கொடுத்தானுங்க. இந்தப் பிச்சைக் காசு வேண்டாம்னு சொல்ல போனதுக்கு என்ன காரணம்னு எனக்கும் புரியல.."

சலீம் கிளாஸ்களில் ஒவ்வொரு 'லார்ஜாக' ஊற்றினான்.

"ஐ வாஸ் வெரி பேஷயன்ட். எந்தத் தீர்மானத்தயும் சீக்கிரமா என்னால எடுக்க முடியாதுதானே? அதனால, லெட் ஹர்ரியலைஸ் திங்க்ஸ்னு கருதினேன். ஆனால் சீக்கிரமாவே எங்களோட வழிங்க வெவ்வேறானதுங்கறத புரிஞ்சிக்கிட்டேன். உலகத்துல பணம் மட்டும் முக்கியமில்லேன்னும், அதைவிட

ரொம்பப் பெரிய வேற சில வாழ்க்கை முக்கியத்துவங்கள் இருக்கும்னும் அவ சொன்னா. அப்படியென்ன வாழ்க்கை முக்கியத்துவம்; ஷேவ் செய்யாத முகமும் தொள தொளா ஜிப்பாவும் அழுக்கேறிய ஜோல்னா பையுமா திரியற சில தரித்திரம் புடிச்ச பார்ட்டிங்களோட கவிதையிலும் நாடக விளையாட்டுலியும்தான் அவ ஜீவித வேரைக் கண்டுப் புடிச்சிருக்கான்னு புரிஞ்சுது. பொறுமையின் கடைசிப் படிவரைக்கும் போனேன். கடைசியில கௌரமாவே பிரிஞ் சுடலாம்னு தீர்மானிச்சுட்டோம். அப்புறம் எங்களுக்கு எல்லா விஷயங்களும் சுலபம் தானே? வக்கீல் நோட்டீஸ் வேணாம். கோர்ட் வேணாம்–“

இராமச்சந்திரனும் மற்றொரு வெயிட்டருமாகச் சேர்ந்து பெரிய ட்ரேகளில் ஏராளமான ப்ளேட்டுகளுடன் வந்தார்கள்.

“உன்னோட கிளாஸ் தீர்ந்துட்டுதா...”

ரவி கிளாஸை எடுத்தபோது வெயிட்டர்கள் ப்ளேட்டை நிரப்பத் தொடங்கினார்கள்.

சலீமின் பங்களாவிற்கு முன்னே கார் வந்து நின்றபோது ரவி வாட்சை நோக்கினான். மணி நான்காகிறது. சலீம் கார் ஹார்னை அடித்தான். வேலையாள் ஓடி வந்து கேட்டைத் திறந்தான்.

“ரவி, நீ கொஞ்சம் ஓய்வெடுத்துக்க. நான் இப்போ உள்ளே வரலை. நாலு மணிக்கு பெங்களூரிலிருந்து ஒரு பார்ட்டி வராங்க. அவுங்களப் பேசி அனுப்பிட்டு ஆறு மணிக்கு வந்துடறேன். அதுக்குள்ள நீயும் கொஞ்சம் தூங்கி எழுந்துடலாம்.”

“சரி.”

“ஹம்ஸே...” வேலைக்காரனை அழைத்து, அவனிடம் எதையோ கட்டளைப் பிறப்பித்து விட்டு காரை ரிவர்ஸில் எடுத்தான்.

சலீமின் ஏர்கூல் செய்த விருந்தினர் அறையிலுள்ள கட்டிலில் படுத்திருக்கும்போது அவனுடைய அர்த்தமற்றுப் போன தாம்பத்தியத்தைப் பற்றிதான் நினைத்துக் கொண்டான் ரவி.... சாதாரணமான ஆடையணிந்து, ஆபரணங்கள் அதிகம் ஒன்றும் அணியாமல், ஒன்றிரண்டு புத்தங்களும் ஹாண்ட் பேக்குமாக

கல்லூரிக்குள் வேகமாகச் செல்லும் ஒரு முஸ்லீம் யுவதியை கற்பனைச் செய்து பார்த்தான். அந்த இளம் பெண்ணின் கற்பனைகளிலிருந்து வெகுதூரமான ஒரு தளத்தில்தான் சலீமின் ஜீவிதம் தோன்றியிருக்க வேண்டும்....

எப்படியோ, இங்கே ஒரு சூன்யம் இருக்கிறது.

அந்த சூனியத்தைப் பற்றிதான் சலீம் இரவில் பேசத் தொடங்கினான்:

"அம்மாக்கிட்ட இங்க வந்து தங்குங்கன்னு சொன்னாலும் வரமாட்டேங்கறாங்க. அங்க அம்மாவும் தனியா இல்லைதானே... தொழுவத்துல நெறைய பசு மாடுங்க... அடுக்களையிலும் முற்றத்திலும் சுத்தித் திரியற வேலைக்காரிங்க. அப்புறம் கோழிங்க புறாங்க– இவங்களயெல்லாம் காப்பாத்த வேணாமா? இதுங்களுக்கு மேல, கட்டிக் கொடுத்த பொண்ணுங்களும் அவுங்களோட கணவனுங்களும் வேற விருந்துக்கு வர்றதுண்டு..."

"சலீம், நீ ஒரு ரெண்டாம் கல்யாணத்தப் பத்தி..."

"சிந்திக்காம இல்ல. இன்னும் ஒரு நாடகத்த நடத்த எனக்கு இப்போ மன அமைதியுமில்ல."

சலீம் புதிய விஸ்கி பாட்டிலின் மூடியைத் திறந்து கிளாஸ்களை நிறைத்தான்.

"இன்னும்தான் காலம் இருக்கே. நான் இப்போ முழு கவனத்தையும் பிஸினஸ்லதான் திருப்பி வுட்டிருக்கேன்... நீ குடி."

ஹம்ஸா உள்ளேயிருந்து வந்து, "சாப்பாடு ரெடியாயிட்டுது. பிளேட்டை வைக்கட்டுமா?" என்று கேட்டான்.

"வையேன். ஹோட்டல்லேர்ந்து ஏதாச்சும் கெடைச்சுதா?"

"பிரியேல்ல சிக்கன் கெடைக்கல. 'அலங்கார்'ல கெடைச்சுது."

"சரி."

இருவரும் கிளாஸை எடுத்துக் கொண்டார்கள்..

"ரவி, இதுவொரு ரொட்டீன் ஏற்பாடோன்னு நீ நெனைச்சிக்காதே. நீ வந்ததாலதான் இந்தக் கொண்டாட்ட மாக்கும். தட்ஸ் ஆல். பிஸினஸ் பேசற நேரத்துல நான் விஸ்கியை தொடக்கூட மாட்டேன். ராத்ரிக்கு இங்க வந்த

பின்னாடி 'ரா' வெஜிட்டபிளோடதான் ரெண்டு பெக் குடிப்பேன். டென்ஷனைக் குறைக்க அது இல்லாம இருக்க முடியாது..."

டெலிஃபோன் பெல் அடித்தது. ஃபோன் ரவி அமர்ந்திருக்கும் சோபாவிற்கு அருகில் இருந்தமையால் ரிஸீவரை எடுத்து சலீமிடம் நீட்டினான்.

"யாருன்னு கேளு" என்றான் சலீம்.

"ஹலோ..."

அடுத்த முனையிலிருந்து ஒரு பெண்ணின் குரல். கொஞ்சிக் குழையும் தொனி.

"நல்ல ஆளு நீங்க, ஒரு மணி நேரமா நான் ட்ரெஸ் செஞ்சிக் காத்துக்கிட்டிருக்கேன். எட்டு மணிக்கே கார் அனுப்பிடறேன்னு சொன்னீங்களே?.... ஆங்... டாக்ஸி எடுத்துக் கிட்டு வர முடியும்தான். ஆனா, வழியிலேயே வேற யாராவது தட்டிக்கிட்டுப் போயிட்டா என்னா செய்யறதுன்னுதான்...." கிளுகிளுக்கும் சிரிப்பு.

ரவி ரிஸீவரை சலீமிடம் நீட்டினான்.

"ஒரு பொண்ணு பேசறா..."

சலீம் பேசினான். தொடர்ந்து சிரித்தான்.

"நான் நெனைச்சேன்... உண்மைய சொல்லனணும்னா அத நான் மறக்கல. கொஞ்சம் பிஸியா இருந்துட்டேன்.... ஆமாம்... ஒரு பழைய சிநேகிதன்... நாங்க ஒண்ணா கல்ஃபில இருந்தோம். மிஸ்டர் ரவீந்திரன்... ஆமாம்... அதுசரி... பட் ஒன் மினிட்–" சலீம் ரிஸீவரைப் பொத்தி ரவிக்கு நேரே திரும்பினான்.

"பார்ட்டி யாருன்னு ஊகிச்சியா?"

"ஆல் மோஸ்ட்."

"அவ ஒரு சரக்குதான். வாட் அபவுட் சம் ஃபன் ஃபார் த நைட்?"

"சாரி. என்னை வுட்டுடு."

"வொய்?"

"நோ, தட்ஸ் ஆல்."

சலீம் ஃபோனில் பேசினான்:

"அப்புறம் விசேஷம்லாம் ஏதாச்சும்? அதில்லை... நோ நாட் நௌ.... அவன் ஒரு சாத்வீகமான ஆளு... சாத்வீகன்னு சொன்னா, ஆமாம், சாமியாரு... நாளைக்கு நான் பம்பாய்க்குப் போவேன்; வந்து பார்த்துக்கலாம். ஓகே, குட்நைட்."

சலீம் ஃபோனை வைத்துவிட்டு எழுந்து கொண்டான்?

"வா, ஏதாச்சும் சாப்பிட வேணாமா?"

ரவி அசையாமல் இருந்தான்.

"உன்னோட மூடே அவுட்டானது போல இருக்கோ. எழுந்திரு."

டைனிங் ஹால்.

ஹம்ஸா கொண்டு வந்து வைத்த ஐட்டங்களை சலீம்தான் ப்ளேட்டுகளில் பரிமாறினான்.

"இனிமே, உன்னோட விஷயத்தச் சொல்லு. மேரேஜ் புரொப்போஸல் என்னாச்சு?"

"என்னாவும்? புரொப்போஸல் இருந்ததுதான். நான்தான் கேன்ஸல் செஞ்சுட்டேன்."

"சரி. ஏன் கான்சல் செஞ்சே? ஊருல நாயரு பொண்ணுங்களுக்கா பஞ்சம்?"

"அதென்ன, நாயரு பொண்ணுங்கள மட்டும்தான் கல்யாணம் செஞ்சிக்கணும்னு இருக்கா?"

"அதானே வழக்கம். முக்கியமா உன்னப்போல எந்தவொரு அட்வெஞ்சருக்கும் தயாராவாத..."

"சலீம்! ஐயாம் ஏ ஃப்ரி சிட்டிசன். மதச்சார்பற்ற இந்தியாவுலவுள்ள ஒரு சுதந்தரப் பிரஜை நான்."

ரவி மிகவும் தீவிரமாகவே சொன்னான். ஆனால் சலீம் உரக்கச் சிரித்தான்.

"உன்னோட தலையில இப்பதான் விஸ்கி வேலை செய்யுதுன்னு தெரியுது. எந்த விஷயம்னாலும் மனசத்தெறந்து சொல்லு."

“சொல்றேன். எனக்கு ஒரு மொறைப் பொண்ணு இருக்கா. மாமாவோட ஒரே மகள். உருக்கியெடுத்த தங்கத்தோட நிறம். கொஞ்சம் தடிச்சிப்போயிருந்தாலும் நல்ல அழகி. ஸ்வீட் பதினேழாம் வயசிலேயே முத்தம்கூட கொடுத்திருக்கேன்.”

“உன்னோட விளக்கம் ரொம்ப சென்சேஷனலாதான் இருக்கு. ஒத்துக்கறேன். ஆனா, நீ மீதிய ஒண்ணும் சொல்லனும்கறது இல்ல. நீ பொட்டியோட லீவுல வந்தப்போ அந்த அழகியை வேற யாரோ ஒரு ஆம்பளை கட்டிக்கிட்டு போயிட்டான். நீ நிராசையான காதலனாயிட்டே, சரிதானே?”

“சரியில்ல, அவளோட வூட்டுக்காரங்க எனக்காகவே அவளை ஒதுக்கி வைச்சுட்டாங்கடா. பட், ஐயாம் நாட் பிரிப்பேர்டு...”

“காரணம்?”

“காரணம்? – அதுலதான் ஒரு அட்வெஞ்சர் இருக்கு!”

“அட்வெஞ்சரா? உனக்கா? ஒத்துக்கறேன். கல்ஃப் லைஃப், ஆக மொத்தத்துல உன்னைக் கொஞ்சம் மாத்திட்டுது. அப்புறம்? ஆளை வந்ததும் பார்த்துட்டேல்ல?”

“பார்த்துட்டேன்.”

“காதல் தோணிச்சில்லே?”

“இல்ல.”

“அதுக்குச் சாத்தியம் போதாதா. இல்ல, இன்னும் சில பேருங்க ஆக்ஷுவலா கன்ஸிடரேஷனுக்கு வந்துட்டாங்களா? சம்மோர் பெட்டர் கேஸ்...”

“ஃபாக்ட். அதான் உண்மை . ஆனா, நீ நெனைக்கற மாதிரியெல்லாம் ஒண்ணுமில்ல. ஒரு ஏழைப்பட்ட பொண்ணு. பணவசதியில மட்டும்தான் ஏழை. அழகுல அவ சொர்க்கத்துலவுள்ள இளவரசியாக்கும். நான் கனவு காண்பதெல்லாம்கூட அவளைத்தான். உறக்கத்திலும் உணர்விலும்கூட அவதான் என் மனசு நெறைய...”

சட்டென நிறுத்தினான். விஸ்கி கிளாஸை எடுத்து பாதியைக் குடித்துக் காலியாக்கிய சலீமை நோக்கினான். அவனுடைய கண்களில் ஆவலைக் காண முடிந்தது. –

சந்தர்ப்பத்தை அநுசரித்து அவன் கொஞ்சம் ரொமாண்டிக்காவே இருக்கட்டும். விஸ்கி நன்றாகவே வேலை செய்யத் தொடங்கி இருந்தது. சலீமை நோக்கி விவரித்தான் ரவி.

அழகின் அளவுதான் என்ன? ஏறக்குறைய அதுவும் ஒரு தனிமனித எண்ணம்தானே? தனக்கு அவள் இந்த பிரபஞ் சத்திலேயே மிகவும் அழகிதான். இளமை காலம் முதலே அவளைப் பார்க்கத் தொடங்கியதும் உண்மையே. ஆனால், பல ஆண்டுகளுக்குப் பின் இப்போது பார்த்தபோதுதான் தன்னிடமுள்ள ஒவ்வொரு அணுவும் அவளுடைய தரிசனத்திற்காக ஏக்கம் கொண்டு இருக்கிறதென்று உணர முடிந்தது. அவளின் அந்த விழிகளை உயர்த்தினாலே நிலவொளி ஒளிர்வதுபோல் மலரத் தொடங்கி விடுகிறது. ஆனால், இடி மின்னலைப் போல். கண்களைக் கூசும் வெளிச்சமில்லை. ஐந்தாம் பிறையின் குளிர்ச்சியான ஒளிக்கதிர்கள்! அவள் ஒரு முறை புன்னகைத்தாலே ஆயிரம் வசந்தங்கள் மலரும். அவளுடைய ஒரு சப்தத்தைக் கேட்டால் போதும் உடல் முழுவதும் குளிர்ச்சி நிரம்பிவிடும். அவளின் பூமொட்டுக்களைப் போன்ற விரல்களைத் தொட்டாலே போதும்... இதயம் நடுங்கி விடும்.

சலீம் உரக்கச் சிரித்தான்.

“தண்ணீ உன் தலையில சரியா ஏறிட்டுது... இருந்தாலும் நீ சொல்றத கேக்கறதுக்கு சுவாரசியமாவே இருக்கு. இன்னும் கூட நீ சொல்லலாம்.”

“சொல்ல மாட்டேன்.”

“அப்படீ திடீர்ன்னு முடிச்சிட்டா எப்படி? காதல் கிளிகள் ரெண்டும் ஒண்ணு சேர்ந்து முல்லைக் கொடியும் வள்ளிக் கொடி புதருமெல்லாம்... ஆமாம், சம்திங் லைக் தட்... அப்படிப்பட்ட ஒரு இடத்துல கூடுகட்டி வசிக்கும் கட்டம் வரைக்கும் போகட்டும்...”

சட்டென நிறுத்தி சலீமை நோக்கினான் ரவி. சலீம் இறைச்சி மெல்லுவதை ஒரு நிமிடத்திற்கு நிறுத்தி விட்டான். பின், எதுவும் நேராததுபோல் சாப்பாட்டில் கவனத்தைக் திருப்பினான்.

எதுவும் நடக்கவில்லை போலிருக்கிறதே என்று நினைத்துக் கொண்டான். மேலே மெல்லிய ஒளி வீசும் டெக்கரேட்டட்

பல்புகளின் ஒரு வியூகம். இரு பக்கங்களிலும் மெல்ல சுற்றும் மின் விசிறிகள்.

ஹம்ஸா ப்ளேட்டுகளுடன் சமையலறையிலிருந்து வருவதும் போவதுமாக இருந்தான்.

"என்ன சாப்பிடாமே இருக்கே?" என்று கேட் சலீம்.

"போதும்."என்று கையை ஊன்றி எழுந்தான் ரவி.

வாஷ் பேசினில் கை கழுவிக் கொண்டே, உடனே போய் விடணும். இனிமேல் இந்த நேரத்தில் பஸ் இருக்குமோ? என்று நினைத்துக் கொண்டான் ரவி.

ஹம்ஸா நீட்டிய டவலில் கைகளைத் துடைத்துக் கொண்டு கைக் கடிகாரத்தை நோக்கினான். மணி பத்தரை.

"சலீம், நான் இப்பவே போவணும்."

"இப்பவேவா?"

"ஆமாம்."

"இந்த அர்த்த ராத்ரில வூட்டுக்குப் போயி என்ன செய்யப் போறே? காலையில நான் ட்ராப் செய்யறேன்."

"வேணாம். பஸ் இல்லேன்னா நான் டாக்ஸிய புடிச்சாவது போயிடறேன். எங்கேயாவது ஃபோன் செஞ்சி ஒரு வண்டி அனுப்பச் சொல்லு."

"விஷயம் என்னான்னு சொல்லு. அவசியம்னா நடு நிசியா இருந்தாலும் நானே கொண்டாந்து வுடறேன். உனக்கு இன்னிக்கு டிரிங்க் கொஞ்சம் அதிகமாயிட்டுது."

சலீம் எழுந்து கை கழுவிக் கொண்டான்.

"கமான் ரவி, நீ கொஞ்சம் நல்லா தூங்கு. டோண்ட் வொரி. கமான்."

சலீம் ரவியின் தோளில் கையைப் போட்டு படுக்கையறைக்கு அனுப்பினான்.

★

7

உள்ளே இருளாக இருந்தது.

சுலேகா எழுந்தாள். கதவின் இடுக்கு வழியே மறைந்து நோக்கினாள். வாப்பா பெஞ்சின்மேல் கூனிக்குறுகி உட்கார்ந்திருந்தார். சிம்ணி விளக்கின் அரண்ட வெளிச் சத்தில் முகபாவம் தெளிவாகத் தெரியவில்லை. என்றாலும், உள்ளுக்குள் உள்ள முரண்பாட்டை யூகிக்க முடிந்தது. சங்கடமும், கோபமும், அவமானமும் எல்லாம் அந்த முகத்தில் மாறி மாறி பிரதிபலித்துக் கொண்டிருக்கலாம்.

எப்போது வாப்பா தன்னை அழைப்பாரோ என பதைத்துப்போய் நின்று கொண்டிருந்தாள் சுலேகா.

காலை டிபனுக்குப் பின் யாரும் ஒன்றையும் சாப்பிடவில்லை.

காலையிலேயே அந்த மனுஷன் அப்துல் வந்து விட்டான்.

அவனை இவள் ஒரு மூத்த சகோதரனைப் போல்தான் கருதியிருந்தாள். ஆனால், ஒரு மாலை நேரத்தில் அதெல்லாம் தகர்ந்துவிட்டன.

“நான் வாப்பாவைப் பாக்க வரல. உன்னப் பாக்கத்தான் வந்தேன்” என்றான் அப்துல்.

“என்ன சொல்றீங்க அப்துக்கா?”

“கொஞ்சம் கிட்டே வா, ஒரு விஷயத்தக் கேக்கணும்....”

“என்ன விஷயம்?”என்று கேட்டுக் கொண்டே வாயிற்படியிலிருந்து இறங்கி வந்து கேட்டாள்.

"ரொம்ப பயப்பட வேணாம். நான் யாருகிட்டேயும் சொல்லிட மாட்டேன்... இது என்னிக்கு ஆரம்பிச்சது?"

"எது?"

"என் நாக்காலேயே சொல்லணுமா?... சுலேகா, இத பாரு. இந்த அப்துல் சொன்னா சொன்னதுதான். யாரு கிட்டேயும் சொல்ல மாட்டேன்னா அப்புறம் சொல்லவே மாட்டேன். ஆனா, ஒரு கண்டிஷன். நமக்கும் கொஞ்சம் நீ உபகாரம் செய்யணும்..."

ஒரு சிருங்கார சிரிப்புடன் அவன் நெருங்கியபோது இரத்தம் நாளங்களில் வேகமாகப் பரவியது.

"நீங்க என்ன சொல்றீங்க?"

"இன்னிக்கு 'உன்னோட அவன்' வரப் போறதில்ல. அவன் ரொம்ப தூரம் போயிருக்கான்..."

அப்துல் மெல்ல நடந்து நெருங்கவும் சுலேகா பின்னோக்கி அடி வைத்தாள்.

"நீங்க இப்போ போவப் போறீங்களா இல்லையா?" என்ற தொனியிலுள்ள முரட்டுத்தனத்தை அவன் அறிந்திருக்க வேண்டும்.

"போடிப் போடி. நீ கொஞ்சவும் கிஞ்சவும் அவன்தான் ஒனக்குக் கெடைச்சானா?"

"அனாவசியமா பேசிக்கிட்டிருக்காம வெளியே போறீங்களா இல்லியா?"

"போறேன்... இருந்தாலும், கண்ணால பார்த்தவனையே நீ அவமதிச்சா, அப்புறம்..."

அவன் முன்னே பாய்ந்து அவளைத் திடீரெனப் பிடித்துக் கொண்டான். என்ன நடக்கிறது என்பது தெளிவாக அறிந்து கொள்வதற்கு முன்பே அவனுடைய கனமான கைகள் தன் உடலில் வளைந்து இறுக்குவதை உணர்ந்தாள் சுலேகா. நீண்ட மூச்சு முகத்தில் உரசிற்று.

"என் மோகம்... இது எவ்வளவு காலமா இருக்கறதுன்னு உனக்குத் தெரியுமா?"

அனைத்துப் பலத்தையும் உபயோகித்து உதறித் தள்ளினாள். பகையோடு மீண்டும் அருகில் வந்தவனின் கன்னத்தில் ஓங்கி ஒரு அறை அறைந்தாள். இவ்வளவு பலம் அவளிடம் எங்கிருந்து உற்பத்தியாகி வந்ததென்று அவளுக்கே தெரியவில்லை. அந்த அடியை அவனும் எதிர் பார்க்கவில்லை. அவன் கன்னத்தில் கையை அழுத்திக் கொண்டு ஸ்தம்பித்து நின்றபோது, அவள் உள்ளே ஓடி விட்டாள். அடைத்துக் கொள்ள கதவுகள் இல்லை. ஒரே வாயிற்படிதான் உள்ளது. அவன் அதற்கு அந்தப் பக்கத்தில் நிற்கிறான். அவன் பின்னாலேயே வருவான் என்றும் அவள் அறிந்தாள்... சட்டென்றுதான் அந்த யோசனைத் தோன்றியது. அடுப்பில் சோறு வெந்து கொண்டிருந்தது. அந்த அடுப்பிலிருந்து எரியும் கொள்ளிக்கட்டை ஒன்றை உருவி எடுத்துக் கொண்டாள்–

அவன் அங்கேயே நின்று கொண்டிருந்தான். அவனுக்கு முன்னே அவள் அந்தக் கொள்ளிக் கட்டையுடன் வந்து நின்று கொண்டு, "என்னைத் தொட்டே, நான் இதாலேயே உன்னை... மரியாதையா போய்டு..." என்று அலறினாள்.

அவன் பின் வாங்கினான். வாசலில் இறங்கும்போது திரும்பி பார்த்து, "நான் உன் சங்கதியக் காட்டித் தராம இருக்கமாட்டேண்டீ.." என்று கூறிவிட்டுச் சென்றான்.

சிறிது நேரம் சென்றதும் வாப்பாவும் ரஸாக்கும் வந்து சேர்ந்தார்கள். ரஸாக்கைக் கொஞ்சம் திட்டினாள். "டியூஷன் என்று கூறிவிட்டு எங்கேடா சோம்பேறியா திரிந்து கொண்டு இருக்கறே? வூட்டுக்கு காலா காலத்துல வரக்கூடாதா?"

சட்டையைக் கழட்டி கொடியில் தொங்கவிட்ட வாப்பா ஆச்சரியப்பட்டார்.

"உனக்கென்னா இன்னிக்கு? அவன் என்னிக்கும் வெளிச்சம் போனப் பின்னாடி தானே வருவான்?"

இரவில் தலையணையில் முகத்தை அழுத்திக் கொண்டு வெகுநேரம் வரையில் அழுதாள். தூங்க முடியவில்லை. திரும்பியும் புரண்டும் படுத்து நேரத்தைத் தள்ளினாள். காலையானபோதும் கூட மனம் விம்மிக் கொண்டுதான் இருந்தது. அலுவலகத்துக்குப் போகவே தோன்றவில்லை. மேனேஜர் நெற்றியைச் சுளித்துக் கொள்வார். உடம்பு சரி யில்லேன்னு சொல்லிக்கலாம்.

காலையில் சோற்றையும் குழம்பையும் தயாரித்துக் கொண்டு அலுவலகம் செல்லும் மகள். விடிந்து இவ்வளவு நேரமாகியும் உதாசீனமாக தண்ணீர் மொண்டு வந்தும், விறகை ஒடித்துக் கொண்டும் நிற்பதைக் கண்டதும் வாப்பா கேட்டார்: "ஏம்மா, இன்னிக்குக் கம்பெனிக்குப் போவலியா?"

"இல்ல வாப்பா, உடம்பு நல்லால்லே."

"என்ன விசேஷம்?"

"ஒண்ணுமில்ல."

வாப்பா அதன்பின் ஒன்றும் கேட்கவில்லை.

அடுப்பில் தீ மூட்டிக்கொண்டு இருக்கும்போதுதான் மீண்டும் அவருடைய பேச்சுக் குரல் கேட்டது.

"என்ன அப்துல்?"என்று வாப்பா கேட்டார்.

"இப்ப நான் இன்னொரு விஷயம் சொல்ல வந்தேன்ஞ்"

"அதென்ன அப்படி? அதுக்கு முகூர்த்தமா பாக்கணும்? வந்த கால்லேயே நிக்காம ஒக்காரு."

"ஒக்கார்றதுக்கு நேரமில்ல..."

அதன்பின் அவர்களின் பேச்சு ரகசியமாகி விட்டது. ஒன்றையும் கேட்க முடியவில்லை. ஒருமுறை வாயிலின் இடுக்கு வழியே நோக்கியபோது வாப்பா புட்டு வைத்த ப்ளேட்டைக் கையில் வைத்துக் கொண்டு ஸ்தம்பித்துப் போய் உட்கார்ந்திருந்தார்....

அடுப்படிக்குத் திரும்பினாள் சுலேகா. என்னவேண்டும் என்றாலும் சொல்லிக் கொள்ளட்டும். வாப்பா அழைக்கும்போது கேட்டுவிட வேண்டியதுதான். அவன் சொல்வதை வாப்பா நம்புகிறாரா? அவன் எப்படிப்பட்ட ஆளென்று வாப்பாவுக்குத் தெரியாதா?

கடைக்கு மீண்டும் யாரெல்லாமோ வந்தார்கள். பலரும் பேசிக் கொண்டிருந்தார்கள். அவன்தான் அந்த ஆட்களை வரச் சொல்லியிருக்க வேண்டும். அந்த களேபரத்திற் கிடையே ஒருவனின் சப்தம் மட்டும் இனம் புரிந்தது. கடை வீதியில் மந்திரம் ஓதி ஆட்டை அறுத்துக் கொடுக்கும் முஸலியார்தான் அவன். ஒருமுறை தன் மகன் ஹைந்ரோஸ் குட்டிக்கு நிக்காஹ் யோசனைக்காக வாப்பாவிடம் வந்து பெண் கேட்டவன்.

அவனுடைய மகன் முதல் மனைவியை மொழி சொல்லி விலக்கியிருந்தான். கடைசியில், 'அப்போ உன்கிட்ட ஒரு யோசனை. ஓங்க மகள...' என்று அவன் கூறும்போதே வாப்பா மேலும் அவனைப் பேசவிடாமல் தடுத்து விட்டார். 'என் மகள ரெண்டாம் தாரமா கொடுக்கற அளவுக்கு நான் ஒண்ணும் இன்னும் தாழ்ந்து போயிடல'என்று கூறி அவனைத் திருப்பி அனுப்பினார் வாப்பா. இப்போ அந்தக் கிழவனின் உள்ளுக்குள் அந்த வைராக்கியம் இருக்கும்.

"ஓம் மவள இப்பவே கூப்பிட்டு கேட்டுக்க" என்று யாரோ ஒருவன் அலறினான்.

"அவ இப்ப உள்ளேதானே இருக்கறா?"

"அவன் அவளோடட கம்பெனி படிக்கட்ல சுத்திக்கிட்டு இருந்தத என் கண்ணாலேயே பார்த்தேன். அப்போ நான் இந்த விஷயத்த நெனைக்கல..."

"அவனக் குத்தம் சொல்றதுல என்ன இருக்கு இஸ்மாயிலு. இவளோடட சம்மதம் கெடைச்சுட்டுதில்ல?"

"அவ சம்மதிச்சுட்டான்னு ஓங்களுக்குத் தெரியுமா?... அப்படின்னா நீங்களே கூப்பிட்டு கேட்டுக்குங்களேன்."

"அவளக் கூப்பிடுங்க."

திடீரென்று ஒரு ஆக்ரோஷக் குரல் கேட்டது.

"நிறுத்துங்கடா"– அது வாப்பாவின் குரல்தான். "என் மவ அப்படி இருந்ததால இங்குள்ள யாரோடட குடும்பத்திலியாவது அரிசி கிரிசி வேவலியா, என்னங்கடா?"

அந்தக் கூட்டமே நிசப்தமாகி விட்டது.

உள்ளே சுலேகாவின் இதயம் மத்தளம் அடித்தது. கண்கள் நிறைந்து விட்டன.

"நீங்க எல்லாரும் இப்ப வெளியே போறீங்களா,இல்லியா?" என்றார் வாப்பா. "நான் என்ன செய்யணுமோ அதச் செஞ் சிக்கறேன். என்ன சொல்றீங்க?"

"நாங்க சொல்ல வேண்டியத சொல்லிட்டோம். கண்ணால பாத்தத சொல்லலியேன்னு அப்புறம் சொல்லக் கூடாதுல்ல. இனி நீங்களாச்சி... ஓங்க பாடாச்சு..."

“பேச்சை நிறுத்திக்கிட்டு நீங்கள்லாம் வெளியே போவலாம்” என்று வாப்பா பேச்சை முடித்துக் கொண்டதுபோல் கூறினார்.

ஆட்கள் முணுமுணுத்துக் கொண்டும் குற்றம் சுமத்திக் கொண்டும் வெளியேறியபோது சுலேகாவுக்குக் கண்கள் நிறைந்து தளும்பின.

அவையெல்லாம் காலையில்தான் நடந்தன. வாப்பா எதுவும் பேசாமல் சட்டையை எடுத்து அணிந்து கொண்டு வெளியே சென்றார். அப்படிச் சென்றவர் இப்போது மாலையில்தான் திரும்பி வந்தார்.

சுலேகா வாயிலின் இடுக்கு வழியாக நோக்கினாள். வாப்பா சுருட்டின் முனையை சிம்ணி விளக்கின் ஜுவாலையில் நீட்டிக் கொண்டிருந்தார். சுருட்டைப் பற்றவைப்பது தான் உத்தேசம் என்றாலும் வேறென்னமோ சிந்தனையில் இருப்பது என்னவோ தெளிவாகப் புரிந்தது.

தைரியத்தை வரவழைத்துக் கொண்டு எழுந்தாள். கதவை மெல்ல திறந்துகொண்டு கடைக்குள் புகுந்து நின்றாள்.

‘வாப்பா...’

வாப்பா முகத்தை நிமித்தினார். அப்போது நீட்டிப் பிடித்திருந்த சுருட்டு சிம்ணி ஜுவாலையிலிருந்து அகன்று விட்டது. வாப்பாவின் முகம் இருண்டு இருந்தது.

வாப்பா இதுவரையில் தன்னை அடித்ததாகவோ தண்டித்ததாகவோ நினைவில்லை. ‘உம்மா’ இறந்தபின் திட்டக்கூட செய்ததில்லை.

ஆனால், தன் தம்பியை அவர் திட்டியதுண்டு: “என்னடா நீயொரு ஆம்பளையா இருந்துகிட்டு இப்படி இருக்கிறியே’ என்று.

“இங்க ஒக்காந்துகிட்டு என்ன மனக்கனவு காணுறேம்மா! அப்படி கனவு கண்டு எதப்புடிக்கப் போறே? எப்படியோ எங்களுக்கு நேரா நேரத்துக்கு சோறு கெடைக்கணும், தெரிஞ்சுதா” – இது சுலேகாவிடம் கூறுவது. வாப்பாவுக்கு தன் பிள்ளைகளிடம் உள்ள கோபம் இப்படிப்பட்ட கடுமையில்லாத தோரணையில்தான் இருக்கும்...

வாப்பா சுருட்டைப் பற்றவைத்து வாயில் நுழைத்தார்.

அப்போதும் தைரியத்தை வரவழைத்துக் கொண்டு மீண்டும் அழைத்தாள்: "வாப்பா" என்று.

"என்ன?"வாப்பா சுருட்டை வாயிலிருந்து எடுத்துவிட்டு சுலேகாவை நோக்கினார்.

இப்போது என்ன சொல்வது? வாப்பாவின் முகத்தில் தற்போது கோபமில்லை; நெகிழ்ச்சிதான் இருந்தது. அதுதான் தன்னை அதிகம் வேதனைப் படுத்துவதாக அவளுக்குத் தோன்றியது. கண்கள் கண்ணீரால் நிறைந்தன.

வாப்பா அமைதியாகவே கேட்டார்:

"சாயங்காலம் எருமைங்களுக்குத் தண்ணீ காட்டினியா?"

தொழுவத்திலிருந்து எருமைகள் மாறி மாறி கதறுவதை அப்போதுதான் உணர்ந்தாள். இந்தக் கதறல் வெகு நேரமாக கேட்கத் தொடங்கி விட்டது. காதில் மட்டும் அக்கதறல் கேட்டதே தவிர மனதில் புகவில்லை. அந்த நேரத்தில் எதுவும் மனதிற்குள் புகமுடியாத விதத்தில் அந்த மனம் மிகவும் குழம்பி விட்டதுதான் காரணம்....

"...ல்ல."

"ஏன்? மறந்துட்டியாம்மா?"

"இப்ப காட்டிடறேன் வாப்பா–"

உள்ளே போகத் திரும்பியபோது மீண்டும் வாப்பாவின் குரல் ஒலித்தது.

"நில்லு."

நின்றாள்.

"அன்னிக்கு ஒரு எருமைக்கு மொடக்குவாதம் வந்துதே. அப்ப நாம அதுக்கு என்ன செஞ்சோம்" என்று வாப்பா சாந்தமாகக் கேட்டார். இது இந்த நேரத்துக்கு ஏற்ற செய்தி இல்லையே என்று ஆச்சரியப்பட்டுக் கொண்டே சுலேகா பதிலளித்தாள்.

"வித்துட்டோம்."

"யாருக்கு?"

"மம்முட்டிக்காவுக்கு."

"அறுப்புக்காரன் மம்முட்டிக்குத்தானே?"

"அக்காங்."

"அவன் அதை என்ன செஞ்சான்?"

சுலேகா மௌனித்து நின்று விட்டாள்.

"அவன் என்னாடி அத செஞ்சான்?"

"அறுத்திருப்பாரு."

"அம்மா" – வேதனை வெடிக்கும் குரலில் வாப்பா அவளை அழைத்தபின், "இப்போ என்னையும் கூட யாருக்காவது ஒரு அறுப்புக்காரன்கிட்ட கொடுத்துடுடி...!" என்றார்.

"வாப்பா...!"

"ஆனா, மனுஷனோட இறைச்சிக்குத்தான் வெல இல்லியே!"

சுலேகா கதறினாள்.

"வாப்பா, நீங்க இதுபோலெல்லாம் பேசாதீங்க."

"ஆமாம். நான் பேசக்கூடாதுதான்" – வாப்பாவின் சப்தம் உயர்ந்து விட்டது. "நீ மட்டும் எல்லாம் செய்யலாமா? நான் இந்த ஊருல எப்படி நடமாடிக்கிட்டு இருந்தேன்னு தெரியுமாடி..." என்றவர் வாக்கியத்தை முடிக்கவில்லை. அதற்குள் கைகளால் மார்பை அழுத்திப் பிடித்துக் கொண்டே வாப்பா பெஞ்சின்மேல் சரிந்து விட்டார். சுலேகா ஓடி அவரை நெருங்குவதற்குள்ளேயே உடலை நெளித்துக் கொண்டு. பெஞ் சிலிருந்து தரைமேல் விழுந்தார்.

சுலேகாவின் அலறலைக் கேட்டு வழியில் போகின்றவர்கள் யாரெல்லாமோ வந்தார்கள். பாப்புட்டிக்கா கண்களைத் திறந்தபோது சுற்றிலும் மக்கள் கூட்டம்––

"ப்போ சுகமா இருக்கா?"

"நீங்க எங்கள பயப்படுத்திட்டீங்களே பாப்புட்டிக்கா?"

"பித்த மயக்கம்தான். ஆஸ்பத்திரிக்குப் போவலாமா?"

"பஞ்சாயத்தாபீசுக்குப் பக்கத்துலதானே டாக்டர் வேலாயுதம் இருக்காரு? கூப்பிட்டுக்கிட்டு வரட்டுமா?"

பாப்புட்டிக்கா தன் கைகளை உயர்த்தி எல்லா வேண்டுகோள்களையும் தடுத்தார்.

"இங்க ஒண்ணுமில்ல. எல்லாரும் போங்க."

அதைக் கேட்கவே காத்திருந்ததுபோல் மக்கள் கூட்டம் கலைந்து சென்றது.

அன்றிரவு வாப்பா எதுவும் சாப்பிடவில்லை.

சுலேகா விடியற்காலையிலேயே எழுந்து விட்டாள். வாப்பா தூங்கிக் கொண்டிருந்தார். அவள்தான் எருமைகளிடம் போய் பால் கறந்தாள். பின் அடுப்படிக்குச் சென்று டீ போட்டாள். சூடான டீயுடன் வந்தபோது பெஞ்சில் வாப்பா இல்லை. அவள் வாசலில் இறங்கிச் சென்று பார்த்தாள். நடுங்கி விட்டாள். வாப்பா சுவரருகிலேயே உணர்வற்று விழுந்து கிடந்தார். சுலேகா அலறி அழுதவாறே ஓடிச்சென்று தன் வாப்பாவைக் குலுக்கி அழைத்தாள். அதற்குள் ரஸாக்கும் எழுந்து வந்து விட்டான்.

இருவரும் சேர்ந்து வாப்பாவை தூக்க முயன்றார்கள். அதற்கிடையே டீயைக் குடித்துவிட்டு வயல் வெளியில் இறங்க வந்திருந்த சில வேலையாட்களும் சேர்ந்து நோயாளியை தூக்கி வந்து இரண்டு பெஞ்சுகளைச் சேர்த்து அதில் கிடத்தினார்கள்.

"என்ன பாப்புட்டிக்கா? தலைய சுத்துதா?"

சுலேகா அழுதுகொண்டே, "நேத்து ராத்ரிகூட இதே மாதிரிதான் ஆயிட்டுது..." என்று கூறினாள்.

காலை நேர மெல்லிய குளிர்ச்சியிலும்கூட வாப்பாவுக்கு வியர்ப்பதை அவள் பார்த்தாள். நடக்கக் கூடாதது ஏதாவது நடந்து விடுமோ என்னும் எண்ணம் மனத்திற்குள் நுழைந்து விட்டது. இது இரண்டாம் முறையாகிவிட்டது.

ஆஸ்பத்திரிக்குப் போக வேண்டாமா? யாரிடம் போய் சொல்வது? எல்லோருமே தன்னை சந்தேகப் பார்வையுடன்தான் நோக்குகிறார்கள் என்று அவளுக்குத் தோன்றியது.

"பாப்புட்டிக்காஞ்" யாரோ வாப்பாவைக் குலுக்கி அழைத்தார்கள். கண் இமைகள் மீண்டும் மூடிக்கொள்கின்றனவோ?

சுலேகா எல்லா கட்டுப்பாடுகளையும் விட்டுவிட்டு அலறினாள்.

அந்த நிமிடத்தில்தான் சலீமின் கார் கடைக்கு முன்னே வந்து நின்றது. ரவி கார் கதவைத் திறந்து கொண்டு இறங்கினான். கடையிலுள்ள மக்களின் இரைச்சலைப் பார்த்ததும், இஞ்சினை நிறுத்தி விட்டு சலீமும் இறங்கினான்.

ரவியைக் கண்டதும் சுலேகா தன் தந்தையைச் சுட்டிக் காட்டி விசும்பினாள்:

"வாப்பா....பாருங்களேன்..."

நிலைமையைப் புரிந்து கொள்ள ஒரு நிமிடமாயிற்று. பின் ரவி, "காரு இருக்கே. உடனே ஆஸ்பத்திரிக்குக் கொண்டு போயிடலாம்..."என்று கூறினான்.

ஆஸ்பத்திரியிலிருந்து திரும்பும்போது சலீம் கைக் கடிகாரத்தை நோக்கினான். மணி பதினொன்றரை.

கார் கேட்டைத் தாண்டி ஃபாக்டரி வாசலை அடைந்த போது வொர்க்ஸ் மேனேஜர் மோகன்தாஸ் அருகில் வந்து, "சார், பாம்பே டிரிப்பை கான்சல் செய்துட்டீங்களா?" என்று கேட்டார்.

"வேறொரு என்கேஜ்மென்ட் வந்துட்டுது மோகன்... ஒரு ட்ரங் புக் பண்ணு, ராவ் கெடைக்கலைன்னா வீனஸ் எக்ஸ்போர்ட்டின் ஜி.எம். கிடைக்கறாரான்னு பாருங்க. நான் பேசறேன்."

"சரி."

சலீம், அலுவலகத்திலிருந்த தன் அறைக்குள் நுழைந்தான். சுழல் நாற்காலியில் போய் அமர்ந்து கொண்டு ஒரு முறை சுற்றினான்.

பிஸினஸில் சிறிது நஷ்டம் ஏற்பட்டாலும்கூட மன நிம்மதிக்கு இப்போது இடம் உண்டு. நேரில் சென்று டிஸ்கஸ் செய்ய வேண்டிய காரியத்தை ஃபோனில் பேசினாலும்கூட நடக்க வேண்டியது நடந்துவிடும். இப்போதும் அந்த விதமான சந்தர்ப்பம் தான் உண்டாகியுள்ளது. விலை மதிப்பற்ற ஒரு மனித உயிரை காப்பாற்ற முடிந்ததே! இன்னும் ஒரு பத்து நிமிடம் கழிந்து வந்திருந்தாலும் எல்லாம் முடிந்து விட்டிருக்கும் என்று டாக்டர் ராஜன் சொன்னார். அவர் தனது நண்பராக

இருந்ததால் அந்தப் பெரியவருக்கு மெடிக்கல் அட்டென்ஷன் உடனடியாகக் கிடைத்து விட்டது.

முதலிலேயே அந்த நோயாளியின் காலடியில் அழுது கொண்டிருந்த அந்தப் பெண்தான் – சுலேகா என்று சொன்னார்கள் – கவனத்தில் பட்டாள்.

காரின் விண்ட் ஸ்க்ரீனுக்கு மேலேயுள்ள கண்ணாடியில், தெளிந்திருந்த அம்முகம் இப்போதும் கண் முன்னே இருக்கிறது. காற்றில் முடி இழைகள் முகத்தின்மேல் பரவும்போது, மெல்லிய விரல்களால் ஒதுக்கிக் கொண்டு படபடக்கும் கண்களுடன் அமர்ந்திருந்த அந்த உருவமும் இப்போது கண் முன்னே உள்ளது.

போதையிலிருந்தாலும் இரவில் ரவி என்னவெல்லாம் சொல்லி விட்டான்! விழிகளை ஒரு முறை உயர்த்தினால் ஒளி வெடித்து மலரும் – புன்னகைத்தால் வசந்தம் வரும்.

அந்தப் புன்னகையைத்தான் காண முடியவில்லை. அவள்தான் அப்போது மனவேதனையில் இருந்தாளே! இருந்தால் என்ன? 'துக்கத்தில் ஆழ்ந்திருக்கும்போதுதான் பெண்ணின் அழகு முழுமைபெறும்' என்று முன்னெப்போதோ எதிலேயோ படித்தது நினைவுக்கு வந்தது.

ரவி அந்த மனதைப் பிடித்து அடக்கியிருக்கலாமோ...

முகத்தின் அழகை சரியான முறையில் காண்பதற்காக கண்ணாடியை அட்ஜஸ்ட் செய்வது அந்த நேரத்தில் மனிதாபிமானமற்ற செயல் என்று தோன்றியது. அதிலென்ன மனிதாபிமானமற்ற செயல் உள்ளது? சேவைதானே செய்தோம். சொந்த முக்கிய வேலையையே ஒதுக்கி வைத்துவிட்டுதானே இறக்க வேண்டிய ஒருவரை ஆஸ்பத்திரிக்கு கொண்டு சென்றோம்!

கண்ணாடியில் தெரிந்த தன் கண்களுடன் ஒரு முறை அவளுடைய கண்களும் சந்தித்துக் கொண்டன. உடனே அவள் தன் விழிகளைத் தாழ்த்திக் கொண்டாள். அதன்பின் அவள், கண்களை மூடி சீட்டின் மூலையில் சாய்ந்து கொண்டிருந்த தன் தந்தையின் மேல் கவனத்தைச் செலுத்தத் தொடங்கி விட்டாள். மென்மையான ஒரு மனதின் உடமையாளி அவள். முகத்தைப் போலவே நிர்மலமான ஒரு மனம் அவளுக்கு. அதனால்தானே ரவிக்கு– அவன் சொல்வது உண்மைதான் என்றால்.....

என்னவோ அசம்பாவிதங்கள் நேர்ந்துள்ளன. காருக்குப் பின்னாலேயே ஆஸ்பத்திரிக்கு வந்து சேர்ந்த அந்தக் கிராமத்தவர்கள் தங்களுக்குள் குசுகுசுவென பேசிக் கொண்டதிலிருந்தே சலீமால் யூகிக்க முடிந்தது. ஒன்றும் தெளிவாகப் புரியவில்லை என்றாலும், ரவி விடைபெறாமலேயே போய் விட்டான். இனிமேலாவது தெரிந்து கொள்ள வேண்டும் –

சில மணிகளுக்குப் பின்தான் இன்டன்ஸிவ் கேர் யூனிட்டிலிருந்து டாக்டர்கள் வெளியே வந்தார்கள். "எத்தனையாவது அட்டாக்" என்று டாக்டர் ராஜன் கேட்டார். முதல் நாள் நடந்த விஷயம் அறிந்திருந்ததால், தெரிந்த விஷயங்களை மட்டும் தன்னால் சொல்ல முடிந்தது.

நோயாளிக்கு டிரிப் ஏறிக் கொண்டிருக்கும் போதே டாக்டர்களின் பிரத்யேக அனுமதி பெற்று, சலீமினால் அறைக்குள் நுழையவும் முடிந்தது.

சுலேகா தன் தந்தையின் கையைப் பிடித்துக் கொண்டு அவர் அருகில் அமர்ந்திருந்தாள். கண்ணாடி கதவைத் தள்ளித் திறந்து கொண்டு உள்ளே நுழைந்ததும் அவள் எழுந்து கொண்டாள். உட்காரச் சொல்லியும்கூட அவள் அமரவில்லை. நின்று கொண்டே ஊசி குத்தப்பட்டுள்ள தன் தந்தையின் கையைப் பிடித்துக் கொண்டாள். அவள் விழிகளில் இதயபூர்வ நன்றி நிறைந்திருந்தது.

"நல்லா இம்ப்ரூவ்மென்ட் இருக்குன்னு டாக்டர் சொன்னார்" என்றான் சலீம்.

சுலேகா அப்போது எதுவும் சொல்லவில்லை. அவள் தன் விழிகளைத் திருப்பித் துக்கம் உறைந்த முகத்துடன் தந்தையை நோக்கிக் கொண்டு நின்றாள்.

"எழுந்த பின்னால பேச அனுமதிக்காதே. கம்ப்ளீட் ரெஸ்ட்ல இருக்கனும். புரியறதா?"

"சரி சார்."

"என்னை சார்ன்னு கூப்பிட வேணாம். உன் பேரு சுலேகாதானே?"

"ஆமாம்."

“என் பேரு சலீம்–“ பின் அவளின் முகத்தில் தன் பார்வையைப் பதித்தவாறு, “ரவியோட ஃப்ரண்ட்” என்று அறிமுகப்படுத்திக் கொண்டான்.

ஒரு செகண்டில் அவளுடைய முகம் சிவந்தது தோன்றியது. அப்போதுதான் தான் ஏன் ரவியின் பெயரைச் சொன்னோம் என்று தோன்றியது சலீமுக்கு.

“இனிமே சஞ்சலப்பட ஒண்ணுமில்ல. வாப்பா நல்லா சுகமாகிவிடுவார்.”

அவளின் விழிகள் நிறைந்து தளும்பின. உதட்டைக் கடித்து மூடிக்கொண்டு அவள் முகத்தைத் திருப்பிக் கொண்டாள்.

“அப்போ வரட்டுமா!” என்று கூறி கதவைத் திறந்து கொண்டு வெளியே வந்து விட்டான் சலீம்.

வராண்டாவில் மூன்று நான்கு பேர்கள் நின்றிருந்தார்கள்.

எல்லோருக்கும் பொதுவாக, “பயப்பட ஒண்ணுமில்ல. கொஞ்ச நாளைக்கு இங்கே இருக்க வேண்டியதிருக்கும். எனக்குக் கொஞ்சம் வேலை இருக்கு. பாக்கலாம்...” என்று கூறி வெளியேறினான் சலீம்.

யாரெல்லாமோ கைக் கூப்பினார்கள்: “நீங்க செஞ்சது பெரிய உபகாரம்...”

இன்டர்காம் ஒலித்தது; சலீம் ஃபோனை எடுத்தான். மோகன் தாஸ்தான்.

“பம்பாய் கனெக்ஷன் கெடைச்சிட்டுது. மிஸ்டர் ராவ் லைன்ல இருக்கார்..”

“ஓகே!”

சலீம் இன்டர்காம் ரிஸீவரை வைத்துவிட்டு, ட்ரங்க ஃபோனின் ரிஸீவரை எடுத்தான்.

★

8

கோயில், மைதானத்தில் புற்கள் நிறைந்த முற்றத்தில் சம்மணம் போட்டு அமர்ந்து கொண்டிருந்த கேசவன், 'இந்த காதல் காதல்னு சொல்றாங்கள்லே, அது பல விதத்துலேயும் இருக்கு. இந்தக் கேசவேண்ணன் இதையெல்லாம் நெறையாவே கண்டிருக்கான்" என்று வியாக்கியானம் செய்தான்.

கொஞ்சம் 'மொண்டால்' போதும், அரை டஜன் காதலிகளின் கதையாவது வெளிவந்து விடும்.

"கேசவண்ணே, போவலாம். தலைய வலிக்குது."

"ஒரு பீடிய இழு."

"தலைவலிக்கா?"

ஒரு விதத்தில் கேசவனிடம் நன்றி காட்டவேண்டியதுதான்.

நடந்து கொண்டிருக்கும் போதே ஒவ்வொன்றாக ரவியின் நினைவுக்கு வந்தது.

ராதா அண்ணன் ஒரேயடியாக துள்ளிக் கொண்டிருந்தார். "நான் கேள்விப் பட்டதெல்லாம் உண்மைதானா? இதுக்காகத்தானே அவன் அம்பிகாவை மனக்கஷ்டப்படுத்தி அனுப்பினான்? இந்த வீட்டையும் தோட்டத்தையும் உடனே பாகம் பிரித்து விடவேண்டும். இந்த வீட்டில் அவனோடு சேர்ந்து இனி வசிக்க முடியாது" என்கின்ற மட்டில் ராதா அண்ணன் போய்க் கொண்டிருந்தார். அந்த நேரத்தில்தான் கேசவன் உள்ளே சென்றார்.

"ரவி, ஒரு பொண்ணோட மொகத்தப் பார்த்துட்டான்கற தாலேயே பூமி இடிஞ்சி வுழுந்துடுமா, ராதாண்ணே" என்று கேட்ட கேசவன், "அதுக்கு ஏன் இப்படி கலாட்டா பண்றே?" என்றும் கேட்டார்.

"கேசவா, உனக்கு இந்த விஷயத்துலவுள்ள கௌரவமே புரியலே."

"உன்னைவிட எனக்கு அதிகமாவே தெரியும் ராதாண்ணே."

ஆஸ்பத்திரியிலிருந்து போகும்போது "நடக்கற விஷயம் எல்லாமே மோசமானதுதான்" என்று கேசவன் கூறினார். "கிழவன் சாகாமல் இருந்தால்போதும்" என்றும் கூறினார்.

மெயின் ரோடில் பஸ்ஸிலிருந்து இறங்கியதும் நாற்சந்தியில் கூட்டம் கூடி நின்றவர்களைச் சுட்டிக்காட்டி கேசவன் கூறினார்:

"இவுனுங்க அப்துலோட கூட்டாளிங்க..."

அவர்களின் அருகில் சென்றதும் கேசவன் நின்றார். ஒரு பீடியை எடுத்து பற்ற வைத்தார். தீப்பெட்டிக் குச்சியை ஒடித்து தூரத்தில் எறிந்தார். அங்கே குழுமியிருந்தவர்கள் நிசப்தமாகவே நின்றார்கள்.

"வா ரவி போவலாம்."

கேசவன் தன் வீட்டுக்குத்தான் நேரே நடந்தார். அவர் தன் வீட்டின் வராந்தாவில் கிடந்த கயிற்றுக் கட்டிலை எடுத்து வந்து மாமரத்தின் கீழே போட்டார்.

"ஒக்காந்தாலும் ஒக்காந்துக்க. படுத்தாலும் படுத்துக்க. என்னவேன்னாலும் செஞ்சிக்க. நான் கொஞ்சம் வரக் காப்பி போட முடியுமான்னு பாக்கறேன்."

காப்பியைக் குடித்து முடித்ததும் கேசவன், "ஒண்ணும் ஒளிவு மறைவு வேணாம். தைரியமா வூட்டுக்குப் போ. நான் சாயங்காலமா வறேன்" என்று கூறினார்.

அவையெல்லாம் முடிந்து ஒரு வாரம் ஓடி விட்டது. அதன் பின் ஆஸ்பத்திரிக்கும் போகவில்லை. பாப்புட்டிக்காவுக்கு நன்கு உடல் நலம் தேறி விட்டது என்று மட்டும் தெரிந்து கொள்ள முடிந்தது. என்றாலும் –

பலரும் பலவிதமாகப் பேசுகிறார்களே என்று நினைத்து இதுவரையில் போகாமல் இருந்ததுதான் தவறாகி விட்டது.

என்னவெல்லாம் அபவாதங்கள் ஏற்பட்டாலும் போய் பார்க்க வேண்டிய கடமை தனக்கு உண்டு. அந்த பொறுமையான மனிதரைப் போய் பார்க்க வேண்டும். சுலேகாவையும் பார்க்க வேண்டும்.

கேசவனிடம் விடைபெற்று வீட்டுக்குப் போனான் ரவி. ட்ரஸ்ஸை மாற்றிக் கொண்டு வெளியே இறங்கியபோது சியாமளா அண்ணி கேள்வித் தொனியில் நோக்கினாள். ஆனால், கேள்வி எழுப்பவில்லை. நடந்தான்.

ஆஸ்பத்திரிக்குப் போய் விசாரித்தபோது ஸ்பெஷல் வார்டில் இருப்பதாகத் தெரிந்தது. நெம்பரை பார்த்துச் சென்று கதவைத் திறந்தபோது உள்ளே நோயாளி மட்டுமே இருந்தார். தூங்கிக் கொண்டிருந்தார். ரவி அவரை வெறுமனேயே நோக்கிக் கொண்டு நின்றான்.

அறைக்குள் நுழைந்த சுலேகா ரவியைக் கண்டதும் திடுக்கிட்டு நடுங்கி விட்டாள். ரவி அவளின் முகத்தை நோக்கினான். எண்ணெயைக் காணாத தலைமுடியும் தூக்கக் கலக்கமுள்ள கண்களுமாக இருந்தாள். கன்னங்களின் செழுமை வற்றி விட்டதுபோல் இருந்தது. துக்கமே வேடமாக அணிந்த முகம்.

"இப்போ எப்படி இருக்கு...?" ரவி பேசத் தொடங்கியபோது, அமைதியாக இருக்கும்படி சைகைக் காட்டி அவனை வெளியே வரும்படி அழைத்தாள்.

காரிடாரிலுள்ள க்ரில்லில் கையையூன்றிக் கொண்டு சுலேகா நிசப்தமாக வெளியே நோக்கியவாறு நின்றாள்.

"சுலேகா..."

அவள் விழிகளை உயர்த்தி நோக்கினாள். அப்படிப் பார்த்துக் கொண்டிருக்கும் போதே கண்கள் கண்ணீரால் நிறைந்தன.

"அன்னிக்குக் கொண்டாந்து ஆஸ்பத்திரில போட்டுட்டு போனவர் இப்பதானே வர்றீங்க போலிருக்கு?" என்று கூறிய சுலேகாவின் குரலில் குற்றப்படுத்துவதைவிட துக்கம்தான் மேலோங்கி இருந்தது.

"மன்னிச்சுடு சுலேகா... என்னோட சூழ்நில அப்படியா யிட்டுது..."

"எனக்கு எல்லாம் தெரியும்... இருந்தாலும்ஞ்"

"வாப்பாவுக்கு இப்போ எப்படி இருக்கு?"

"வெள்ளிக்கிழமை டிஸ்ஜார்ஜ் செய்யலாம்னு சொன்னாங்க. அப்புறம் ஒரு மாசத்துக்கு பெட்ரெஸ்ட் வேணும்னும் சொன்னாங்க."

"எப்படியோ உடம்பு நல்லாயிட்டுதில்லே?"

"நீங்க நல்ல நேரத்துக்கு வந்தீங்க. இல்லேன்னா இன்னிக்கு வாப்பாவே இல்லேன்னு ஆகியிருப்பாங்க."

"போனதெல்லாம் போவட்டும். இனிமேதான் ரொம்ப ஜாக்ரதையா இருக்கணும்."

"வாப்பா வந்துட்டா, அப்புறம்..."சுலேகா அர்த்தத்துடன் நிறுத்தினாள்.

"சொல்லு."

"அப்புறம்... நீங்க கடைக்கு வரவேணாம்."

"ஏன்?"

"ஆமாங்க"– அவள் அழுகையின் ஓரத்திற்கே சென்று விட்டாள்.

"வாப்பாவால அதத் தாங்கிக்க முடியாது."

"சுலேகா..."

"எனக்கு ஒங்கள எப்போதும் பாக்கணும்னுதான் இருக்கு. ஆனா..."

சுலேகா சொல்லத் தொடங்கினாள்:

அப்துல் சொன்னதையெல்லாம் வாப்பா எந்த அளவுக்கு நம்பினார் என்று தெரியவில்லை. அப்துல் என்னவெல்லாம் சொல்லியிருக்கின்றான் என்றும் தெரியாது. ஆனால், அவர் அதைப் பற்றி பின்பு எதுவுமே பேசவில்லை.

ஒருமுறை தூக்கத்தில் கூறியதை மட்டும் கேட்க முடிந்தது. "இதைவிட என் இதயத்தில கத்தியினாலேயே குத்திக் கிழிச்சிருக்கலாம்..." என்ற பேச்சு மட்டும் கேட்டது.

"சரி, என்னால எந்தக் கொழப்பமும் வேணாம்" என்ற ரவி, "வாப்பா என்னை இப்போ பாக்க வேணாம்.

டிஸ்ஜார்ஜ் அன்னிக்கு நான் வறேன். பில்லெல்லாம் நானே கொடுத்துடறேன்."என்றான்.

"பில்லு... வேணாம்."

"ஏன்... பணம் நெறையா இருக்குங்கறியா?"

"அப்படியில்ல..."

"அப்புறம்?"

அப்புறம்? என்ன சொல்வது? எல்லா ஏற்பாட்டையும் வாப்பா செய்துவிட்டார் என்றா? சொல்லத் தொடங்கிவிட்டால் எல்லாவற்றையும் சொல்ல வேண்டியதாகி விடும். அதை விரும்ப மாட்டார் –

வாப்பாவை ஸ்பெஷல் வார்டுக்கு மாற்றியபோது நர்ஸ் கேட்டாள்:

"மிஸ்டர் சலீம் ஒங்க ரிலேட்டிவா?"

"ஆமாம்" என்று முனகினாள்– விவரிக்க வேண்டியது இல்லையே –

"ஏன் கேக்கறீங்க சிஸ்டர்?"

"தெனம் தெனம் ஒரு ஃபோன் செய்யறாரு. இப்போ கூட ஒரு கால் வந்துருக்கு, ஒங்கள விசாரிச்சி."

"ஓ..."

வாப்பா தலையணையில் சாய்ந்துகொண்டு அமர்ந்திருக்கும் போதுதான், அவன் கதவைத் திறந்துகொண்டு முன்னால் வந்து நின்றான்... வாப்பா அப்போதுதான் சலீமை முதன் முதலாகப் பார்த்தார். இதற்கு முன் வந்தபோதுதான் வாப்பா மயக்கத்தில் இருந்தாரே.... பாண்டையும் கோட்டையும் எல்லாம் கண்டதும் டாக்டர் என்று கருதி வாப்பா வணங்கினார். அவன் வாப்பாவின் தொழுத கையைச் சேர்த்துப் பிடித்துக் கொண்டு வந்தனம் செய்தான்.

"அஸ்ஸலாமு அலைக்கும்..."

ஆச்சரியத்துடன் எதிர் வந்தனம் செய்து, வாப்பா வந்தவனை உற்று நோக்கினார். அவன் ஸ்டூலை இழுத்து கட்டிலுடன் சேர்த்துப் போட்டு அமர்ந்து கொண்டு கேட்டான்:

"இப்போ எப்படி இருக்கு?"

"யாரு நீங்க? எனக்குப் புரியலியே!" என்றார் வாப்பா.

"வாப்பா இவரு... இவருதான் நம்பளை ஆஸ்பத்திரிக்கு அழைச்சிக்கிட்டு வந்தாரு" என்று சுலேகா அறிமுகப்படுத்தினாள்.

வாப்பா ஆச்சரியத்துடன், "அடக் கடவுளே, எனக்குத் தெரியாமப் போச்சே. ரொம்ப உபகாரம் பண்ணிட்டீங்க தம்பி..." என்று நன்றி தளும்பினார்.

"அட, இதிலென்ன பெரிய உபகாரம்? நான் ரவிய ட்ராப் செய்ய வந்தப்போதான்... இப்ப நல்லா இருக்கீங்களா?"

"ரவி" என்னும் பெயரைக் கேட்டதும் வாப்பாவின் முகம் சுளிப்பதைக் கவனித்தாள். அந்த சிந்தனையையே துடைத்து எறிவது போன்று வாப்பா தன் நெற்றியைத் தடவினார்.

"ஓங்க பேரு என்னான்னு சொன்னீங்க?"

"சலீம்."

"இவ சொல்லியிருக்கா. நான்தான் மறந்துட்டேன். வீடு எங்க இருக்கு?"

இடத்தையும் வீட்டின் பெயரையும் சொன்னவுடன் வாப்பாவுக்கு நன்கு அறிமுகமான குடும்பம் என்று தெரிந்தது.

வாப்பா மகிழ்ச்சியுடன், "ஓங்க வாப்பாவ எனக்கு பழக்கமுண்டு மவனே. பெரியவர தெரியாதவங்க இங்க யாரும் இல்லேன்னே வச்சுக்குங்களேன்–" என்றவர் சுலேகாவுக்கு நேரே திரும்பி, "இந்த ஊரு முழுக்க நெறஞ்சிருந்த மனுஷனாக்கும் அவரு" என்றும் கூறினார்.

"இங்க ஓங்கள அட்மிட் செஞ்ச பின்னால ஒரே முறைதான் வர முடிஞ்சுது. ஒரே அலைச்சல். அப்புறம் பம்பாய்க்குப் போவ வேண்டியதாயிட்டுது. அதனாலதான் நேர்ல வந்து பார்க்க முடியாமப் போயிட்டுது."

"தெனந்தோறும் ஃபோன்ல கூப்பிட்டு கேப்பீங்கன்னு இவ சொன்னா. நீங்க செஞ்சதெல்லாம் பெரிய உபகாரம்தான் தம்பி."

"நான் என்ன செஞ்சுட்டேன்? கார்ல ஒரு லிப்ட் கொடுத்தது பெரிய உபகாரம்? சரி, அதெல்லாம் போவட்டும். இனிமே நீங்க

மனச போட்டு அலட்டிக்காம ரெஸ்ட் எடுத்துக்குங்க" என்ற சலீம் எழுந்து கொண்டான்.

"இது நோயாளிகிட்ட சொல்ற விஷயமில்ல. இருந்தாலும் இங்க கொடுக்கப் போற பில்லுக்கான கணக்கை நானே தீர்த்துக்க ஏற்பாடு செஞ்சுட்டேன்."

வாப்பா ஒரு நிமிடம் பேசாமல் இருந்தார். பின், "வரக் கூடாததெல்லாம் வந்துட்டுது" என்றார்.

"உடம்பு சௌகரியமில்லாமப் போறதுங்கறது யாருக்கும் எப்போது வேணும்னாலும் வரலாம். வந்துட்டா சிகிச்சை செஞ்சிக்காம என்ன செய்ய முடியும்?"

"உடம்பு சரியில்லாம போற விஷயம் மட்டுமில்ல" என்ற வாப்பா சிந்தனையில் ஆழ்ந்ததுபோல் நிறுத்தினார். பின், "செத்துப் போயிருந்தா ஒண்ணும் தெரிஞ்சிக்க முடியாமப் போயிட்டிருக்கும். அதோட மட்டுமில்ல, இனி இங்கோர்ந்து சீக்கிரம் போவணும். நீங்களே பில்லு கொடுங்க. இருந்தாலும் ஒரு விஷயம். கணக்கச் சொன்னா நான் அப்புறம் திருப்பிக் கொடுத்துடுவேன். அப்ப நீங்க அத வாங்கிக்கணும்" என்றும் கூறினார்.

சலீம் சிரித்தான்.

"அதென்னா அப்படிச் சொல்றீங்க? சரி வாங்கிக்கறேன். வரட்டுமா?"

"சரி வாங்க."

தன் முகத்தையும் ஒரு பார்வை பார்த்து விட்டு பொலிவான முகத்துடன் அவன் இறங்கிப் போனதும் வாப்பா சொன்னார்:

"நல்ல பையன். அவனோட வாப்பா பொன்னு மேலேயும் பணத்து மேலேயும் வுழுந்து பெரண்டு வளர்ந்தவர்தான்... நான்கூட அந்த வூட்டுக்குப் போயிருக்கேன்."

"வாப்பா, நீங்க அதிகமா பேச வேணாம். கஞ்சி எடுத்தாரட்டுமா?"

"இருக்கட்டும். இன்னும் கொஞ்ச நேரம் போவட்டும்."

வாப்பா மறுபடியும் சலீமைப் பற்றி பேசினார். சலீமின் பணிவும் பேச்சும் எல்லாம் வாப்பாவுக்கு மிகவும் விருப்பப்பட்டதுபோல் தோன்றியது.

அப்போதுதான் காரின் மிர்ரரில் தெளிந்து தெரிந்த கண்கள் அவளின் நினைவுக்கு வந்தன... நல்ல மனிதனாக இருக்கலாம். அவனைப் பற்றி வேறு விதமாக எண்ணவும் காரணம் ஒன்றும் தென்படவில்லை. என்றாலும்.... அந்தப் பார்வையோ, கண்களாலேயே சரீரத்தை கொத்திப் பிடுங்குவது போலல்லவா இருக்கிறது!

ஆண்கள் இப்படித்தான் பார்ப்பார்களோ?

ஆஸ்பத்திரிக்கு வந்து சில நாட்கள் கழிந்தவுடன் வாப்பாவின் நிர்ப்பந்தத்தின்படி சுலேகா மாலையில் வீட்டுக்குப் போகத் தொடங்கினாள். பின், மறுநாள் காலையில் வந்தாலே போதும். ரஸாக்கையும் அனுப்ப வேண்டாம் என்று கூறிவிட்டார் வாப்பா. இரவில் அவளுக்கு ஒரு துணை வேண்டுமல்லவா. ஆஸ்பத்திரியிலுள்ள அறையில் தலைப்பக்கம் உள்ள பட்டனை அழுத்தினால் நர்ஸ் வந்து விடுவாள். அதோடுகூட தனக்கும் இப்போது உடல்நலம் தேறி விட்டதால், ஓய்வு மட்டும்தானே தேவைப்படுகிறது?

சுலேகா பஸ் ஸ்டாப்பில் நின்று கொண்டிருந்தாள். பத்து நிமிடம் ஆகியிருக்கும். வெள்ளை நிற அம்பாசடர் கார் ஒன்று சடன் பிரேக் போட்டு அவள் முன்னே வந்து நின்றது. சலீம்தான் காரை ஓட்டி வந்திருந்தான்.

“என்ன, வீட்டுக்குத்தானே?” என்று தன்னை நோக்கிச் சிரித்துக் கொண்டே கேட்டதும், சுலேகா தலையையாட்டிப் புன்னகைத்தாள்.

“வா, நான் ட்ராப் பண்றேன்.”

நன்றியுடன் நிராகரித்ததும், “பஸ் நேரத்துல கெடைக்கலேன்னா என்ன செய்வே? நான் அந்த வழியாத்தான் போறேன், வா!” என்றான் சலீம்.

“இப்ப ஒரு பஸ்ஸிருக்கு” என்று கைக் கடிகாரத்தை நோக்கி பயத்துடன் கூறினாள்.

“ஏன்? காருல வரக்கூடாதுன்னு நிர்ப்பந்தமா? என்கிட்ட ஏதாச்சும் கோபமா?”

“ஐயோ, அதெல்லாமில்ல... நீங்க உதவி செஞ்சவங் களாச்சே...”

“பின்னே ஏன் வரமாட்டேன்கற?”

சுற்று முற்றும் நோக்கினாள். நல்ல நேரம். யாரும் அருகில் இல்லை . யாராவது ஆட்கள் இருந்தால், ஒரு இளைஞன் காரில் ஏறும்படி அழைப்பதையும், தான் மறுப்பதையும், மீண்டும் அவன் நிர்ப்பந்திப்பதையும் எல்லாம் அவர்கள் பார்த்தால் தவறாக நினைப்பதற்கான விஷயங்களாகிவிடும்.

சலீம் காரிலிருந்து இறங்கி, பாண்ட் பாக்கெட்டுகளில் கைகளை நுழைத்து அருகில் வந்தான்.

“உனக்கு ரொம்பப் பிடிவாதம் உண்டுன்னு தோணுது சுலேகா.”

“பிடிவாதமொண்ணும் இல்லீங்க சார்.”

“வாப்பா ஏதாச்சும் பேசுவார்ன்னு பயப்படறியா?”

“இப்பத்தானே நாங்க ரொம்ப ஒங்களக் கஷ்டப்படுத்தினோம். இன்னுமா...”

“யாரு சொன்னாங்க இதெல்லாம் எனக்கு ஒரு கஷ்டம்னு? இன்பாக்ட் ஐயாம் ஹாப்பி . இன்னும் அதிகமா என்னால உதவ முடியலியேங்கறதுதான் எனக்கு வருத்தமா இருக்கு.”

சுலேகா அப்போதும்கூட சங்கடத்துடன்தான் நின்றாள்ஞ்

அப்போது சலீம் காரின் பின் கதவைத் திறந்து பிடித்து நிர்ப்பந்தத்துடன், “வா...” என்றான்.

பஸ் ஸ்டாபிற்கு மக்கள் வர ஆரம்பித்து விட்டார்கள். அதன்பின் அவள் தயங்கி நிற்கவில்லை. காரில் ஏறிக் கொண்டாள். சலீம் கார் கதவைச் சாத்திவிட்டு. சுற்றி வந்து டிரைவரின் சீட்டில் ஏறினான்.

பயணத்தில், வாப்பாவின் ஆரோக்கியத்தைப் பற்றியும் அவர் சாப்பிடும் ஆகாரத்தைப் பற்றியும் ஓரிருமுறை கேட்டான். மெயின் ரோடிலிருந்து ஊராட்சி சாலைக்குத் திரும்பும் இடத்தை அடைந்தவுடன், “நான் இங்கியே எறங்கிக்கறேன். நடந்து போற தூரம்தான் இன்னும் இருக்கு” என்று கூறினாள் சுலேகா.

“எனக்கு இந்த இடம் தெரியாதுன்னா நெனைக்கறே? எவ்வளவு தூரமிருக்கும்னு எனக்குத் தெரியும்.” என்றவன்

பின்புறமாக திரும்பி பார்த்து, 'இட்ஸ் ஆல் ரைட்' என்று புன்னகைத்தான்.

கார் கடையின் முன்னால் போய் நின்றது. கதவைத் திறந்து கொண்டு இறங்கினாள்; நன்றி கூறினாள். காரை ரிவர்ஸில் எடுத்து கையை உயர்த்தி 'பை பை' கூறிவிட்டு போனான் சலீம்.

மறுநாள் மாலையில் ஆஸ்பத்திரியிலிருந்து இறங்க தயாரான போதுதான் சலீம் உள்ளே வந்தான். வாப்பாவுக்கு மிகவும் மகிழ்ச்சியாகி விட்டது. டாக்டர் பேசக்கூடாது என்று சொன்னதையெல்லாம் மறந்து வாப்பா பேச்சைத் தொடங்கியவுடன் சுலேகா வராந்தாவில் வந்து நின்று கொண்டாள். பேசி முடியட்டும்....

'ரவி' என்னும் பெயரைக் கேட்டதுமே வாப்பாவின் நெற்றி சுருங்கியது அவளின் நினைவுக்கு வந்தது. இன்றைக்காவது அந்தப் பெயர் அவர்களின் உரையாடலில் வராமல் இருக்கட்டும்...

ஏன் அவர் ஆஸ்பத்திரிக்கு வராமல் இருக்கிறார்? குற்றவுணர்ச்சியாக இருக்குமோ? தன்னால் ஒருவர் ஆபத்தில் விழுந்து விட்டாரே என்னும் எண்ணம்....

மாலையில் வீட்டுக்கு வந்தபின் கொல்லைப் புற முற்றத்தில் இறங்கி நின்று தூரத்தில் நோக்குவாள். அங்கே யாரும் இல்லாதது போல்தான் தோன்றும். அண்ணி சில சமயம் ஒற்றப்பாலத்துக்குப் போவதுண்டு. அப்போதெல்லாம் வீடு பூட்டப்பட்டு இருப்பதுதான் வழக்கம். இப்போது விடுமுறையில் அவர் இருக்கும்போது– விடுமுறை இன்னும் கழிந்துவிட வில்லையே? போவதாக இருந்தால் தன்னைக் காணாமல் போவாரோ? ஒருமுறையாவது பார்க்காமல்–

வாப்பா அழைப்பதைக் கேட்டதும் அறைக்குள் சென்றாள்.

"நீ போவலியாம்மா? மொதலாளி அந்த வழியாத்தான் போறாங்களாம். நீயும் கார்லேயே போயிடேன்..."

"வேணாம் வாப்பா. பஸ்தான் இருக்கே!"

"பஸ்ஸுக்குக் காத்துக்கிட்டு நின்னு சிரமப்படணுமா? ஒவ்வொரு மணி நேரம் கழிச்சி ஒவ்வொரு பஸ் வரும். இந்த நேரத்துல அவன் நிறுத்தவும் மாட்டான்."

பிளாஸ்கையும் பேக்கையும் எடுத்துக் கொண்டு படியிறங்கியபோது, சலீம் அவளைத் தொட்டும் தொடாதது போல் கூடவே இறங்கினான். காருக்கருகில் வந்தவுடன் முன் பக்கக் கதவைத்தான் திறந்து விட்டான்.

அவள் பின்பக்கத் கதவைத் திறக்க முயற்சித்தபோது,

"அது லாக்கு. இங்க ஏறு" என்றான்.

ஒரு நிமிடம் தயங்கி நின்றாள். பின் ஏறிக் கொண்டாள். கவனமாக கதவுக்கு அருகிலேயே அமர்ந்து கொண்டாள்.

காரை ஸ்டார் செய்தான். ஸ்டியரிங் வீலிலிருந்து கையை எடுத்து அவள் அமர்ந்திருக்கும் பக்கக் கதவைக் கொஞ்சம் அழுத்தி அடைத்தான். அப்போது அவன் உடலைத் தொடுவது வரையில் வந்தது. நெருக்கி முடிந்த மட்டில் ஓரத்தில் அமர்ந்தாள். கொஞ்சம் வெறுப்புடன் அவனை நோக்கினாள். பார்வையிலுள்ள வெறுப்பை புரிந்து கொண்டிருக்க வேண்டும்.

"அந்த லாக்குல கொஞ்சம் ரிப்பேரு இருக்கு" என்றான் சலீம்.

மீண்டும் ஒருமுறை அதேபோல் பார்த்தாள். பேசாமலும் இருந்தாள். தான் இதை விரும்பவில்லை என்பதை அவன் அறிந்து கொள்ளட்டும்.

கார் சிறிது தூரம் ஓடியதும் வேகத்தைக் குறைத்து தன்னை நோக்கியவன், "என்ன, ஒண்ணும் பேசாம இருக்கே" என்றவனை சுலேகா பொருட்படுத்தவில்லை.

சுலேகா பேசவே இல்லை.

"இன்னிக்கு வாப்பாவோட முழுச் சம்மதத்தோடதான் என்கூட வறே, தெரியுமா?"

அதுக்கு என்ன வேண்டும் என்று நினைக்கிறான்?

"ஆமாம், காருல ஏர்றதுக்கு ரொம்ப பயமொண்ணும் இல்லியே!"

"அப்படி யொண்ணுமில்ல."

"இல்லேன்னு ஒண்ணும் சொல்ல வேணாம். பை த பை எனக்கு இன்னிக்குத்தான் தெரியும், நீயொரு எம்ப்ளாய்டுன்னு சுலேகா."

அப்படியென்றால், தன்னைப் பற்றி விசாரித்திருப்பாரோ? வாப்பா எல்லாவற்றை யும் சொல்லியிருப்பார்.

"மம்மூட்டி ஹாஜியாரோட கயிறு ஃபாக்டரிலதானே?"

"ஆமாம்" என்று முனகினாள்.

"ஹாஜியாரு அந்த ஃபாக்டரிய விக்கப் போறதுபத்தி உனக்குத் தெரியுமா?"

"சொல்றது கேக்கறது."

"என்கிட்டயும் ஒரு ஆஃபர் வந்துது"

அதற்கு மௌனம் பூண்டிருந்தாள்.

"நான் உன்னோட எம்ஃளாயர் ஆவறதப் பத்தி உனக்கு என்ன அபிப்பிராயம் சுலேகா?"

பதில் கூறவில்லை. ஆனால், மீண்டும் அதே கேள்வி எழுந்த போது,

"வேலைக்காரங்களுக்கு என்ன அபிப்பிராயம் இருக்க முடியும்?"

"சரி, அது போவட்டும். என்னைப் பத்தி என்ன அபிப்ராயம் உனக்கு?"

மடியிலிருந்த பேக்கின் கருத்த மினுமினுப்பில் நகத்தால் கோடிழுத்துக்கொண்டு பேசாமல் இருந்தாள்.

"எந்த அபிப்ராயமும் இல்லேன்னா நெனைக்கறே?... ஆனா, எனக்கு உன்னைப் பத்தின அபிப்ராயம் என்னாங்கறத நீ கேக்க வேணாமா சுலேகா.. நீயொரு வெரி இன்டலிஜென்ட் கேர்ள்.... சமர்த்தானவள். கெட்டிக்காரி."

மீண்டும் தலையைச் சாய்த்துப் பார்த்தான். சுலேகா வெளிப்புறம் பார்த்துக் கொண்டிருந்தாள். அப்போது அவன் ஆச்சரியமாக சொல்வதும் கேட்டது.

"இவ்வளவும் சொன்னேனே, உன் மொகத்துல கொஞ்சம் பிரகாசத்த வரவழைச்சிக்கக் கூடாதா?"

மீண்டும் அதே பார்வை.

காற்றில் பறக்கும் புடவையையும் முடியையும் ஒதுக்கிக் கொண்டிருந்தாள்.

எவ்வளவு சீக்கிரம் வீட்டுக்குப் போகணுமோ அவ்வளவு சீக்கிரம் போனால் போதும். வாப்பா ஒரு 'ரட்சகனை'க் கண்டு பிடித்திருக்கிறார். எப்படியோ இனிமேல் இப்படிப்பட்ட ஆளோட காரில் ஏறக்கூடாது.

"சுலேகா."

என்ன வேண்டுமென்றாலும் சொல்லிக் கொள்ளட்டும். சப்தம் காட்டப் போவது இல்லை. இனி அந்த முகத்தைப் பார்க்கப் போவதுமில்லை.

"என்னோட அபிப்ராயம் முழுசையும் இன்னும் கேக்கலையே. நீயொரு பேரழகி சுலேகா. எனக்கு உன்னை ரொம்பப் பிடிச்சிட்டுது."

அடுத்த நிமிடமே தன்னைப் பெயர் சொல்லி அழைத்து, மடியில் வைத்திருந்த உள்ளங்கையின் மேல் முடி நிறைந்த தன் தடித்த கையை வைத்தான். உடல் முழுவதும் உறைந்து விட்டதுபோல் தோன்றியது. சட்டென்று அவன் கையை தட்டித் தள்ளிவிட்டு உரக்கக் கூறினாள்:

"நிறுத்துங்க. காரை நிறுத்துங்க..."

"ஏன்? ஏன் சுலேகா..."

"நிறுத்தப் போறீங்களா இல்லியா? இல்லேன்னா நான் இப்பவே வெளியே குதிச்சிடுவேன்."

சுலேகா லாக் லிவரில் கையை வைத்ததும் சலீம் சடன் பிரேக் போட்டான். கார் நின்றதும் கதவைத் திறந்து கொண்டு இறங்கி விட்டாள். முகபாவனையைக் கவனிக்கக்கூட நிற்காமல் சாலையருகிலேயே வேகமாக நடக்கத் தொடங்கினாள்.

பத்தடி தூரம் நடந்ததும் பின்னால் கார் ஸ்டார்ட் செய்யும் சப்தம் –

இவளைத் தாண்டி கொஞ்சம் தூரம் முன்னே சென்று காரை நிறுத்தி விட்டு அவன் இறங்கினான். இவள் விலகி நடக்கத் தொடங்கியதும் வேண்டுகோள் விடுக்கும் பாவனையில் முன்னால் வந்து நின்றான்.

"எக்ஸ்யூஸ் மீ, கார்ல வந்து ஏறு."

"வேணாம். நான் நடந்தே போய்க்கறேன்."

“சுலேகா, ப்ளீஸ்.”

“ஒதுங்கி நில்லுங்க.”

“சும்மாவாவது ஒரு சீனை க்ரியேட் செய்யாதே. பக்கத்துலேயே கடைங்களும் ஜனங்களும் இருக்காங்க.”

“அத முன்னாடியே நீங்க நெனைக்கலியே! சீன் க்ரியேட் செஞ்சது நானில்ல.”

“நான்தான். நான் அதுக்கு மன்னிப்புக் கேட்டுக்கறேன்.”

“ஏழைங்கதானேன்னு நெனைச்சி என்னவும் செய்யலாம்னு எண்ணினீங்களா?”

“இல்ல சுலேகா. நான்தான் சொல்லிட்டேனே. இட்ஸ் ஏ மிஸ்டேக்...” இம்முறை பின் கதவைத் திறந்து பிடித்து வேண்டினான்: “ப்ளீஸ்... ஏறு.”

இந்த நாடகத்தைப் பார்த்து விட்டிருக்க வேண்டும். மூடிய ஒரு கடையின் வராந்தாவில் சீட்டு விளையாடிக்கொண்டிருந்த கூட்டத்திலிருந்து ஒவ்வொருவராக காரின் அருகே வந்து கொண்டிருந்தார்கள். சலீமும் அதைக் கவனித்தான். அவன் காரின் முன்பக்கம் சென்று பானட்டைத் திறந்தான். குனிந்து கொண்டு ஒரு நிமிடம் எதையோ பரிசோதித்த பின் பானட்டை மூடினான். கர்ச்சீப்பை எடுத்து கையைத் துடைத்து சாவகாசமாக கையை ஆட்டி கூறினான்:

“ஒண்ணுமில்ல. ஒரு லூஸ் காண்டாக்ட். சரியாக்கிட்டேன். போகலாம்.”

சூழ்நிலையை சாமர்த்தியமாக கையாண்டு விட்டோம் என்னும் பாவனையுடன் பின் கதவைத் திறந்து பிடித்தான். கண்களில் வேண்டுதல் தன்மையைக் காண முடிந்தது.

காரைச் சுற்றி ரௌடிகளைப் போல் தோன்றும் இளைஞர்கள் கூட்டம். அழுக்குப் பனியனும் லுங்கியும் அணிந்திருந்தார்கள். ஏறாமல் இருப்பது அறிவற்றதனமென்று தோன்றியது. மாலை மங்கத் தொடங்கியது. இருட்டுவதற்கும் கூட இன்னும் அதிக நேரம் வேண்டாம்.

காரின் பின் சீட்டில் ஏறி அமர்ந்தாள். ஸ்டார்ட் செய்யும்போது அவர்களின் கமன்டுகள் கேட்டன:

"கடத்தல் கேஸ்னு தோணுது..."

"இருந்தா என்ன? சரக்கு மோசமில்லியே..."

"உன்கிட்டதான் துட்டு இருக்குதாயா! இதவிட ஒசந்த சரக்குங்கள நாங்க காட்டறோம்..."

கார் முன்னோக்கிச் செல்ல ஆரம்பித்ததும் உதட்டைக் கடித்து அழுகையை அடக்கச் சிரமப்பட்டாள் சுலேகா.

"**சு**லேகா"– ரவி அழைத்தான்.

"ஆங்?"

"என்ன யோசிக்கறே?"

"என்கிட்ட ஒண்ணும் பேசமாட்டேங்கறியே.."

உண்டு. இவைகளையெல்லாம் சொல்ல வேண்டியது இருக்கின்றன. கழுகுப் பார்வையுள்ள நண்பனைப் பற்றி சொல்ல வேண்டியது இருக்கிறது.

ஊமையாக நின்றாள்.

க்ரில்லைப் பிடித்துக் கொண்டிருந்த அவளின் புறங்கையின்மேல் ரவி தன் உள்ளங்கையை சேர்த்துவைத்தான். சுலேகா கையை இழுத்துக் கொள்ளவில்லை. விழிகளை உயர்த்தி ரவியின் முகத்தை நோக்கினாள். அப்படியே விம்மி விட்டாள்–

மாடிப்படிகள் ஏறி காரிடாரை அடைந்தபோது, ஒருவன் அக்காட்சியைக் கண்டு விட்டு சட்டென திரும்பி நடந்தான்.

அவன் சலீம்தான்.

சுலேகா வீட்டு வேலைகளில் மூழ்கினாள். வாப்பா ஆஸ்பத்திரியிலிருந்து வந்து ஒரு வாரம் ஆகிவிட்டது. மருந்தும் ஓய்வுமாக நாட்கள் ஓடின. கடை வியாபாரம் தற்போதைக்கு வேண்டாம் என்று நிறுத்தியிருந்தார்கள். சுலேகாவும் தன் கம்பெனியிலிருந்து சில நாட்கள் விடுப்பு எடுத்திருந்தாள்.

சும்மா இருக்கும்போதெல்லாம் கொல்லைப்புற முற்றத்தில் இறங்கி நின்று வயல்வெளிக்கு அப்பால் கண்களை ஓட விடுவாள். எப்போதாவது சில நேரங்களில் ஒரு லுங்கியும்

பனியனும் அணிந்து வாய்க்கால் வழியாக ரவி நடந்து செல்வது தெரியும். அப்போதெல்லாம் இதயம் மிகவேகமாக அடித்துக் கொள்ளும். இப்பக்கமாக ஒரு முறையாவது பார்ப்பானோ என்று கவனிப்பாள். ஆனால், அதற்குள் ஆள் காணாமல் போயிருப்பான்.

அன்று கூறியது விவேகமற்றதனமாகிவிட்டதோ? கடைக்கு இனிமேல் வரவேண்டாம் என்றும், வாப்பாவால் அவ்வரவைத் தாங்க முடியாது என்றும் கூறியது தவறோ? அது சரிதானோ?

இப்போதெல்லாம் இவ்வழியாகப் போவதில்லை என்றும் தோன்றுகிறது. வாய்க்காலைச் சுற்றிக் கொண்டு கோயில் மைதானத்தின் வழியாகத்தான் ரோடுக்குப் போகிறாரோ? இல்லே வீட்டிலிருந்தே வெளியில் எங்கும் செல்வதில்லையோ?

எடுத்திருந்த விடுப்பெல்லாம் முடிந்துவிட்டது.

நாளைக்கு அலுவலகத்துக்குப் போய் விட வேண்டும்.

சுலேகா சேலையை வெளியே உலர்த்தப் போட்டுக் கொண்டிருந்தாள். அப்போதுதான் வெளியே கடைக்கு முன்னே ஒரு கார் வந்து நின்றது. ஒரே பார்வையில் அது சலீமின் கார்தான் என்று தெரிந்து விட்டது. காரிலிருந்து நான்கு பேர்கள் இறங்கி வந்தார்கள். அவர்களில் சலீம் இல்லை. சிகப்பு நிறத்தில் உயரமாக ஜிப்பாவும் வேட்டியும் அணிந்திருந்தவருக்கு சலீமின் சாயல் இருந்தது. ஆனால் அவனுக்கு சகோதரர்கள் யாரும் இல்லை என்றல்லவா வாப்பா கூறினார். மற்ற இருவர் நடுத்தர வயதுடையவர்கள். எல்லோருமே பணக்காரர்கள்தான் என்று பார்த்த மாத்திரத்திலேயே தெரிந்து கொள்ளலாம். நான்காவது நபர் அழுக்கு அங்கியும் தொப்பியும் அணிந்த முஸலியார். எதைப் பற்றி பேசவந்திருக்கிறார்கள்?

வாப்பா திடீரென்று டீ கேட்டு விட்டால் என்ன செய்வது என்று எண்ணி அடுப்பில் தண்ணீர் பாத்திரத்தை ஏற்றி வைத்து விட்டு கதவின் இடுக்கு வழியாக பார்த்து, என்ன பேசிக் கொள்கிறார்கள் என கவனித்தாள்.

உரையாடல் வாப்பாவின் ஆரோக்கியத்தைப் பற்றி விசாரிப்பதில் ஆரம்பித்து மேலும் முன்னேறிய போதுதான் திடுக்கிட வேண்டியதாகி விட்டது.

சலீமுக்குத் தன்னை விவாகம் பேசத்தான் அவர்கள் வந்திருக்கிறார்கள் என்று சுலேகாவுக்குப் புரிந்து விட்டது. தன்னை அவன் மிகவும் விரும்பி விட்டான் போலிருக்கிறது. அதனால்தான், வெறுமனே ஒரு விருப்பத்தின் பேரில் மட்டுமல்லாமல், சலீம் நன்றாக யோசித்து ஒரு தீர்மானம் செய்துகொண்ட பின் தன் மூத்த மைத்துனர்களை அனுப்பி இருக்கிறான். இனிமேல் பாப்புட்டிக்காதான் முடிவு செய்ய வேண்டும்.

இது ஒரு கொடுமையான சதியென்றே அவளுக்குத் தோன்றியது. கழுகைப் போல் நோட்டமிட்டுக் கொண்டு தன் பின்னாலேயே தொடர்ந்து வந்தது இதற்காகத்தானோ? இல்லே, அதற்குப் பழி வாங்குவதற்கோ?

வாப்பாவின் சப்தம் கேட்கவில்லை. இங்கே நின்று அவருடைய முகத்தை பார்க்கவும் முடியவில்லை. வாப்பா என்னதான் சொல்கிறார்? சம்மதம் கொடுத்து விடுவாரோ? இல்லை. அப்படிச் செய்ய மாட்டார். இரண்டாம் தாரமாக கேட்ட ஒருவனை அவர் முன்பே விரட்டியடிக்கவில்லையா? இதுவும் சலீமின் இரண்டாம் நிக்காஹ்தான். அந்த ஒரே காரணம் போதுமே, வாப்பா அவர்களின் திருமணப் பேச்சை ஒதுக்குவதற்கு.

ஆனால், அன்றைய நிலைமை தனக்குத் தற்போது இல்லையே. எல்லோரும் தன்னைச் சந்தேகக் கண்கொண்டு தானே நோக்குகிறார்கள்! சிலரின் பொறாமையினாலும், தாம் நினைத்ததைச் சாதிக்க முடியாமையாலும் மனப்பூர்வமாகத் துணிந்து சிருஷ்டித்த களங்கம்! மனிதர்கள் இவ்வளவு கொடூரமானவர்களாக ஆவார்களோ? கற்பனையான களங்கத்தை அடித்தளமாக்கித்தான் உரையாடல் தொடருகின்றது.

"பாப்புட்டி, ஒரு விஷயத்த மட்டும் மனசுல வச்சிக்க" முஸலியார்தான் கூறினார். 'அதைத் தேச்சாலும் மாச்சாலும் போவற விஷயமில்ல. எல்லா விஷயமும் அவனுக்குக் தெரியும். எல்லாத்தையும் தெரிஞ்சிக்கிட்டுதான் அவன் எங்கள இந்த ஆலோசனைக்கு அனுப்பினான்."

ஜிப்பா அணிந்தவர் இடையில் புகுந்தார்:

"இவையெல்லாம் சர்வசாதாரணம்தான். அவுங்க ஒண்ணா வெளயாடி வளர்ந்தவங்க. பக்கத்துப் பக்கத்து வீடும்கூட. ஒரு நெருக்கமும்கூட உண்டாகி இருக்கலாம். இவையொண்ணும் அவ்வளவு பெரிய விஷயமில்ல. நாம அத எப்படி டீல் செய்யறோம்கற விதத்துலதான் விஷயங்க கெடக்குது... எப்படி யிருந்தாலும், சலீம்தான் அவற்றையொண்ணும் அவ்வளவா பொருட்படுத்தப் போறதில்லியே?"

"அவனோட தங்கமான மனசுதான் அத பெரிசா எடுத்துக்கல"– முஸலியார்தான் கூறினார்: "மூணாவது மனுஷன் ஒருத்தன் தெரிஞ்சிக்கிட்டா அதையேகூட தவறான மொறை யிலேல்ல மாத்திடுவான்?"

"சலீமுக்கும்கூட ஒரு தடவை ஒரு கெட்டப் பேரு வந்துட்டுதுதான். ஆனா, அது அப்படியொண்ணும் பெரிசு இல்ல" என்று நடுத்தர வயதுடையவர் ஒருத்தர் கூறினார்: "அது எங்க எல்லாருக்குமே அபத்தமாகத்தான் இருந்தது" என்று கூறி சிரித்தார்.

"அதுக்கு இப்ப என்ன? அவன்தான் 'மொழி சொல்லி' அவளை ஒதுக்கி லைனக் கிளியர் செஞ்சிக்கிட்டானே. அதெல்லாம் நமக்கு சாதாரணமானதுதானே? இஸ்லாத்துக்கு புறம்பாவா அவன் நடந்துக்கிட்டான்?" என்று முஸலியார் கூறினார்.

சுலேகா பின் வாங்கினாள். யார் என்ன வேண்டுமானாலும் பேசிக் கொள்ளட்டும். வாப்பாவும் என்னவும் பதில் சொல்லட்டும். ஆனால், இறுதித் தீர்மானம் தன்னுடையது தானே? ஒரு வாழ்வைப் பந்தாடுவதற்கு அனுமதிக்கப் போவதில்லை.

திறந்து கொண்டிருக்கும் அலகும், சிவந்த கண்களும், கூரிய நகங்களுமாக ஒரு பெரிய கழுகு உயரத்தில் எங்கேயோ தன்னையே நோக்கியவாறு பறந்து கொண்டிருப்பதாக சுலேகாவுக்குத் தோன்றிற்று. முடியாது– அந்த கழுகுக்குத் தான் ஒரு தீனிப் பொருளாக தன் சரீரத்தைத் தூக்கியெறிய முடியாது. அதிலிருந்து எப்படியாவது தப்பித்து விட வேண்டும். இந்தக் கழுகின் பார்வையிலிருந்து எங்கேயாவது ஓடி தப்பித்து விட வேண்டும்.

வெளிப்புற முற்றத்தில் இறங்கி நின்று சுலேகா பார்த்தாள். கமுகுத் தோட்டத்துக்குள்ளே உயர்ந்து நிற்கும் வீடு. வீட்டின் முன்புறத்திலும் தோட்டத்திலும் யாருமில்லை. ரவி எங்கே போயிருக்கிறாரோ என்னவோ? எல்லா துக்கங்களையும் அடக்கிக் கொண்டு காணாமல் போயிருக்க வேண்டும்... அவ்வளவையும் சிந்தித்து விட்டுதான் தனக்குத்தானே விலகியிருக்க வேண்டும். அக்கண்களிலுள்ள ஆவல் மிகுந்த பார்வை நினைவுக்கு வந்தது. தன் விரல்களைத் தொட்டபோது உடலெங்கும் மெய்சிலிர்த்தல் நிகழ்ந்தது.

இன்னும் ஒரு தடவையாவது பார்க்க நேர்ந்தால் நல்லது.

எல்லாவற்றையும் கூறி கொஞ்சம் அழ முடியுமானால் மனம் அமைதியடையும்.

கார் ஸ்டார்ட்டாகும் சப்தம். சுலேகா நோக்கினாள். அவர்கள் புறப்பட்டு விட்டார்கள். என்னவெல்லாம் தீர்மானித்து இருக்கிறார்களோ! தன்னிடம் கூறாமல் வாப்பா இறுதி முடிவை கூறமாட்டார். இனிமேல் எதையும் மறைத்து வைக்காமல் வாப்பாவிடம் கூறி விட வேண்டும். காரின் கண்ணாடியில் தெளிந்து நோக்கிய கண்கள் முதல், உள்ளங்கையில் அமர்ந்த முடி வளர்ந்த கனமான கை வரையில்..... எல்லாவற்றையும் .... ஆனால், இவற்றையெல்லாம் ஒரு தந்தையிடம் சொல்லிவிட முடியுமோ? அப்படியே முடிந்தாலும் அக்காரணங்களையெல்லாம் இந்த விவாக ஆலோசனையை ஒதுக்கித்தள்ள வாப்பா எடுத்துக் கொள்வாரா?

மறுபடியும் சிறிது நேரம் சென்றுதான் வாப்பா அழைத்தார்.

“இப்ப வந்தவங்க எதுக்கு வந்தாங்கன்னு உனக்குப் புரியுதாம்மா?”

“இல்ல...”

“பொய் சொல்லாதே. காரு கடைக்கு முன்னால வந்து நின்னவுடனேயே எனக்குப் புடிபட்டு போச்சி. ஆஸ்பத்திரில வச்சே அவன் பேசினான். பேச்சுல வெளிச்சமா பேசிலியே தவிர மத்தபடி நான் யூகிச்சிட்டேன்.”

வாப்பா சிறிது நேரம் பேசாமல் இருந்தார்.

“மொத மொதலா உன்கிட்ட யோசனைக் கேக்காமலேயே நான் ஒரு விஷயத்த தீர்மானிச்சிட்டேன்...”

இதயம் மத்தளம் தட்டியது. என்னவென்று... என்னவென்று வாப்பா தீர்மானிச்சிட்டார்...?

“என் இஷ்டம்தான் உன்னோட விருப்பமாவும் இருக்கும்கற எண்ணத்துலதான் தீர்மானிச்சேன்” என்ற வாப்பா ஒரு நிமிஷம் நிறுத்தினார்.

“இனிமே உன்னோட விருப்பம் இல்லேன்னாலும் என்னைப் பொறுத்துக்கணும்...”

“வாப்பா, என்ன விஷயம்னே நீங்க சொல்லலியே...!”

“சொல்றேன். சலீமுக்கு உன்னை நிக்காஹ் செய்யணுமாம். அந்த விஷயமாத்தான் அவுங்களும் வந்திருந்தாங்கஞ்”

அது தெரிந்த விஷயம்தான். இப்போ வாப்பாவின் பிரதிபலிப்பைத்தான் தெரிந்து கொள்ள வேண்டும். வாப்பா இது பற்றி என்ன நிச்சயித்திருக்கிறார்...?

“எலெக்ட்ரிக் பல்புக்கு உள்ளே ஒரு கம்பி இருக்கில்லே... அது அறுந்துட்டா பல்பு பீஸாயிடும். பல்பை திருப்பிக் திருப்பி ஆட்டிக்கீட்டி புடிச்சா செல சமயங்கல்ல அறுந்த கம்பி ஒட்டிக்கும். அப்படியே அத ப்ளக்கில சொருகினா எரியும். ஆனா, அது எப்போ வேண்ணாலும் மறுபடியும் கெட்டுடும். அம்மா சுலேகா, இப்ப நானும்கூட ப்யூசு போன பல்பாதான் இந்த நெலமையில இருக்கேன். எப்போ வேணும்னாலும் இந்த துடிப்பு நின்னுடலாம். ஒரு ஆறுமாசம் படுக்கையில கெடந்து கிடந்து நான் சாக மாட்டேன்னுதான் நெனைக்கறேன். திடீர்னு ஒருநாள் போயிடுவேன். நான் சொல்றத கேட்டுக் கிட்டிருக்கியா?”

கேட்கிறது. ஆனால்...

“எல்லாத்தயும் யோசிச்சப்போதான், அந்த ‘யா ரப்புல் அலி’மினான எஜமான்தான் அவன என்கிட்ட அனுப்பி வச்சிருக்கான்னு தோணுச்சி. அதனால, நான் சம்மதம் கொடுத்துட்டேன்...”

வார்த்தைகளின் சப்தங்களுக்கும் அர்த்தபேதம் வந்திருக்கிறது. கழுகின் சிறகடிப்பு சப்தம்தான் காதில் முழங்குகிறது. பின் எல்லாம் சேர்ந்ததும் ஒரு அழுகையாக மாறி விட்டது. தூரத்தில் எங்கிருந்தோ வாப்பாவின் சப்தம் மீண்டும் கேட்கிறது.

"உனக்கு நான் நெனச்ச மாதிரி நடந்துட்டுதுன்னா அப்புறம் ரஸாக்கு எப்படியாச்சும் பொழைச்சிப்பான். எனக்கு ஒரு சிரிப்பைக் காட்டிட்டு போயிடேம்மா..."

உள்புறம் சென்றாள். கைகால்கள் துவளுகின்றன. முடியவில்லை.

சுலேகா அறைக்குள் இருளில் வெறும் தரையில் விழுந்து தேம்பித் தேம்பி அழுதாள்.

★

9

வீட்டினுள் சில நாட்களாக கனத்த மௌனம்தான் நிலவியது. யாரும் யாரிடமும் எதுவும் பேசுவதில்லை. ராதா அண்ணன் விடியற்காலையிலேயே மில்லுக்குப் போய் விடுகிறார். வருவதும்கூட இரவில் வெகுநேரம் கழித்துதான். பரஸ்பரம் ஒருவருக்கொருவர் பார்த்துக் கொள்ளாமல் இருப்பதே அவர்களுக்குள் சற்று ஆறுதலான சூழ்நிலைதான் –

ஆகக்கூடி சப்தம் என்பதே காலையில் வாசல் பெருக்க வரும் பெண்ணிடம், சியாமளா அண்ணி ஏதாவது கட்டளைகள் பிறப்பிப்பதில்தான் ஆரம்பமாகக் கேட்கும்.

காலையில் எழுந்ததும் வீட்டின் முன்பக்கம் சென்றால், மடிப்பு கலையாமல் திண்ணையில் கிடக்கும் பத்திரிகையை எடுத்து, தலைப்புச் செய்திகளில் கண்களைச் செலுத்துவதுதான் ரவியின் முதல் பணி. ரவி எழுந்து விட்டான் என்பது அறிந்தால் போதும், சியாமளா அண்ணி காப்பியை எடுத்துக்கொண்டு அவனிடம் வருவாள்.

“சூடு இருக்கான்னு பாரு , கொஞ்ச நேரத்துக்கு முன்னால வைச்சதுதான் –“

“போதும்.”

அவசியத்தைப் பொருத்தக் கேள்விகள்– அதற்கான பதில்கள்.

ஒருநாள் விட்டு ஒருநாள் குஞ்ஞுகோரன் வந்து கிணற்றின் அருகேயுள்ள சிறிய அறையைத் திறந்து, டீசல் பம்பு செட்டை

இயக்குவான். அப்போது தோட்டம் முழுவதும் ஒரே சப்தமாக இருக்கும். வாழைகளுக்கும் கமுகுகளுக்கும் தண்ணீர் பாய்ச்சிக் கொண்டு தோட்டத்தில் திரிவதும்கூட கொஞ்சம் மகிழ்ச்சியாக இருந்தது.

"நீங்க ஏன் எஜமான் இந்த சேத்துல வறீங்க?" என்று இடையே கூறும் குஞ்ஞுகோரன், "அந்த மண்வெட்டியா கொஞ்ச நேரம் என்கிட்ட கொடுங்க எஜமான்; நான் அத எப்படி உபயோகிக்கறதுன்னு சொல்லித்தறேன்" என்பான்.

ஆனால், இப்போது குஞ்ஞுகோரன்கூட வருவதில்லை. ஒன்றிரண்டு நல்ல மழை பெய்து பூமி குளிர்ந்திருந்தது.

அநேகமாக பகல் முழுவதையும் இப்போது ரவி கேசவனுடன்தான் கழிக்கும்படியாக உள்ளது. கேசவனின் வீட்டில் அவனுடைய பாட்டி மட்டும்தான் இருக்கிறாள். தான் அந்த வீட்டில் உபகாரத்திற்கும் இல்லை உபத்திரவத்திற்கும் இல்லை என்னும் முகபாவனைதான் அக்கிழவியிடம் இருந்தது.

மாமரத்தின் கீழே கயிற்றுக் கட்டிலில் படுத்துக் கொண்டு கேசவன் கூறும் கதைகளைக் கேட்பது, மாலையில் வயல் வெளியை கடந்து சென்று ரயில்வே ஸ்டேஷனுக்குத் திரும்பும் இடத்திலுள்ள 'ஊர்வசி' சினிமா தியேட்டரை அடைவது என்பவையெல்லாம்தான் இப்போது ரவியின் தினசரி அலுவலாகி விட்டது. தியேட்டரில் சினிமா பார்ப்பது கிடையாது. சும்மா ஒரு வாக்கிங் மட்டுமே. பின் செவிமடல்கள் வேதனைப்படும் வரையில் சினிமா பாட்டுக்களைக் கேட்டுவிட்டு திரும்பி நடந்து வருவது. ரவியுடன் கேசவனும் இருந்து விட்டால் ஆறுமுகம் கடைக்குள் நுழைந்து விடுவார்கள்...

சுலேகாவின் திருமண விஷயத்தைப் பற்றி கேசவன்தான் முதலில் கூறினார். முதலில் சும்மா சொல்கிறாரோ என்றுதான் நினைத்தான் ரவி. உண்மைதான் என்று உணர்ந்தவுடன் தனக்குள்ளேயே ஓர் அவமானம்தான் அவனுக்கு ஏற்பட்டது. மனம் முழுவதும் சூன்யமானதுபோல் இருந்தது. எதுவும் செய்ய முடியவில்லை. யாரிடமும் பகையும் இல்லை. வெறுப்பும் இல்லை... சலீமின் நடவடிக்கையிலிருந்து அப்படி ஏதாவது நடக்குமென்று தன்னால் யூகிக்க முடிந்ததா என்பதை ரவி எண்ணிப்பார்த்தான்....

சலீம் உரக்கச் சிரித்தான்.

“தண்ணீ உன் தலையில சரியாவே ஏறிட்டுது... இருந்தாலும் நீ சொல்றத கேக்கறதுக்கு சுவாரசியமாவே இருக்கு. இன்னும் கூட நீ சொல்லலாம்.”

“சொல்ல மாட்டேன்.”

“அப்படீ திடீர்ன்னு முடிச்சிட்டா எப்படி? காதல் கிளிகள் ரெண்டும் ஒண்ணு சேர்ந்து முல்லைக் கொடி, வள்ளிக்கொடி புதரிலுமெல்லாம்... ஆமாம், சம்திங் லைக் தட்... அப்படிப்பட்ட ஒரு இடத்துல கூடுகட்டி வசிக்கும் கட்டம் வரைக்கும் போகட்டுமே...”

“என்னப் பொருத்த மட்டுல காதல்ங்கறதே ஒரு வித்தியாசமானதுதான். கல்யாணம் செஞ்சிக்கிட்டு கொழந்தைங்கள பெத்துப் போட்டு இந்த உலகத்துலவுள்ள நரகங்களிலெல்லாம் அவுங்கள இழுத்தடிச்சிக்கிட்டு ஒரு நாளு கண்கள் மூடி அப்படியே செத்துப் போறதுண்டு. அதோட ஆரம்பக் கட்டமா இந்தக் காதலை அப்சர்வ் செய்யணும்கறதுல எனக்கு அபிப்பிராயமில்ல.”

“அப்புறம் இந்தக் காதல நிறைவேத்திக்க கல்யாணம் செய்ய வேணாமா? மற்ற விஷயங்கள் சாதாரணமாவே நடக்கறதுங்கறதுதானே உண்மை? தட் டு டிப்பன்ஸ் அப்பான் இண்டிவிட்சுவல்ஸ்...”

“திருமணம்கறதே மனசுல கண்டுகொள்ற காதல்தான்கறாங்க. ஆனா, அந்தக் காதல் காதலல்ல, காதலுக்காகவே உள்ளதுதான் காதல். அதான் நோபிளும் கூட. கல்யாணம் அதுக்குக் குறுக்கே துள்ளி வுழுந்து காதலின் ஃப்ளோவையே தடுக்கக்கூடாது.”

“இதுவொரு புதிய தத்துவ சாஸ்திரமால்ல இருக்கு.”

“இருக்கலாம்.”

“அப்போ, அப்படின்னா உன்னோட லவ் ரிஸல்ட் ஓரியண்டடா இல்ல!”

“நீ எல்லா விஷயத்தையுமே பிஸினஸ் முறையிலதான் பாக்கறே சலீம். பெரிய ரிஸல்ட் ஓரியண்டடு!”

“சரி வேணாம்! கல்யாணம் போயி தொலையட்டும். நீ அந்த ப்ளாட்டோணிக் லவ்வைப் பத்திதான் சொல்லேன். இதபோல சப்ஜெக்டைக் கேட்டே கொஞ்ச காலமாயிட்டுது.”

“விஸ்கி முடிஞ்சிட்டுதா?”

ஹம்ஸா காலி பாட்டிலை எடுத்துச் சென்று புதிய பாட்டிலைக் கொண்டு வந்தான்.

சலீம் கிளாசில் விஸ்கியை ஊற்றும்போது, “பேச்சில் இன்னும் நாடகத் தன்மையைப் புகுத்தணும். சலீமின் முகத்தில் தோன்றும் பாவனைகளை பார்க்கணும். ஒண்ணு அவன் முகம் வாடணும்; இல்லேன்னா அவனோட வெள்ளை முகம் சிவக்கணும்; கண்ணுங்கள்லயும் பொறாமைத் தீ படரணும்...” என்றெல்லாம் ரவி நினைத்துக் கொண்டான். “இன்னும் சொல்றதுக்கு முன்னால என்னோட பேக்ரவுண்டையும் நீ தெரிஞ்சிக்கணும். எனக்கு சொந்தம்னு சொல்லிக்கவே யாருமில்ல. பெரியம்மாவோட மகனும், அவன் மனைவி மட்டும்தான் வீட்ல இருக்காங்க. இன்ஃபாக்ட் ஐயாம் அலோன்.”

“எனக்குத் தெரியும்.”

“நான் யாருக்கும் பயப்பட வேணாம். அண்ணா, அவனோட மனைவி, மாமா, அத்தை இவங்கக்கிட்டயெல்லாம் ஒரு நட்புறவுள்ள கடமை மட்டும் எனக்குண்டு. அதையும் உடைத்தெறிய நான் இப்போ தயாராகிக்கிட்டு இருக்கேன். புரியறதோ?”

“புரியல...”

“என்னோட தீர்மானத்த அவுங்கள்லாம் தெரிஞ்சிக்கறபோது திடுக்கிட்டுப் போவாங்க. எதிர்ப்பாங்க. ஆனா, இதுக்கெல்லாம் நான் பயப்படப் போறதில்ல. மதிக்க போறதுமில்ல, ஃபாலோ மீ?”

“நோ.”

“அப்படின்னா சொல்றேன். நான் நேசிக்கறது விண்ணுலக தேவதையைப் போன்ற ஒரு முஸ்லிம் பொண்ணைத்தான். பேருகூட சுலேகா.”

சட்டென நிறுத்தி சலீமை நோக்கினான் ரவி. சலீம் இறைச்சியை மெல்லுவதை ஒரு நிமிடத்திற்கு நிறுத்தி விட்டான். பின், எதுவும் நேராததுபோல் சாப்பாட்டில் கவனத்தைத் திருப்பினான்.

ஆனால், இந்த சுலேகா?...

பாப்புட்டிக்கா டிஸ்ஜார்ஜ் ஆகி வந்தது சலீமின் காரில்தான். கேசவனுடன் தான் வயல் வெளியில் இறங்கி நடக்க ஆரம்பித்தபோதுதான் தூரத்தில் கார் வந்து நின்றது, பேக்கும் பிளாஸ்குமாக சுலேகா முதலில் இறங்கினாள். பின்னால், பாப்புட்டிக்காவின் கையைப் பிடித்துக் கொண்டு சலீம் வந்தான்.

கேசவன் ரவியின் முகத்தை நோக்கி அர்த்த புஷ்டியுடன் சிரித்தார். இப்போது என்ன சொல்கிறாய் என்பதுபோல்...

இதற்கு என்ன பதில் சொல்வது?

கேசவன் இப்போதும் சிரிக்கிறார்.

"நான் அன்னிக்கே சொன்னேனே, ஞாபகம் இருக்கா? மாடு மேயப் போவும்போது மாட்டுக் கூட்டத்தோடுதான் சேர்ந்து போவும். ஆமாம், நாம அதுல தப்புச் சொல்லவும் கூட முடியாது. அதுக்கு எதிர்மாறா நெனைக்கறவங்களுக்குத்தான் லோகம் தெரியலேன்னு சொல்லணும். இத வேற எப்படிச் சொல்ல முடியும்?"

"அப்படின்னா கல்யாணத்துக்குச் சுலேகா சம்மதிச்சுட்டிருப் பாளோ?"

"சம்மதிக்காம இருப்பாளா? வாழைப் பழத்தோட நெறமும் சுருண்ட தலை முடியும் எல்லாம் உள்ள ஒரு அழகானப் பையன் அவன். சொந்த ஃபாக்டரியும், காரும், பங்களாவும் உள்ளவன். இவற்றுக்கெல்லாம் அப்புறமும், தன்னோட அப்பனை மரணப் படுக்கையிலேர்ந்து வேற காப்பாத்தியிருக்கான். இதுக்கு மேலியும் அவ சம்மதிக்காம இருப்பாங்கறதுல என்ன நியாயம் இருக்கு?"

ரவி பேசாமல் இருந்ததும் கேசவனே தொடர்ந்தார்:

" 'ஸ்ரீணாம் சசித்த'ன்னு கேள்விப்பட்டிருக்கியா? அதுக்குச் சரியான அர்த்தம் எனக்கும் தெரியாது. என்றாலும் அதுவொரு பெரிய சாதனம்தான். யாருக்கும் எதையும் பிடி கொடுக்க மாட்டாங்க. காதல்னு சொல்றது பொம்பளைங்களுக்கு இந்த வயசுல உண்டாவுற ஒரு ப்ரேமைதான். வெறும் ஒரு ப்ரேமை. ஆம்பளைப் பசங்களைப் பத்திப் பேசினாலே போதும், பொம்பளைப் புள்ளைங்களுக்கு இது தோன்றிவிடும். ஆனா, இருபத்தைஞ்சி வயசு கழிஞ்சா போதும், இந்த ப்ரேமை இருக்கற எடம் தெரியாம போயிடும். அதுக்குப் பின்னாலும்

அது இருக்குன்னு சொல்றான்னா அது ப்ரேமை இல்ல. பைத்தியம்னுதான் அர்த்தம். உனக்கு இப்போ என்ன வயசாவது ரவி?"

"பைத்தியம் புடிக்கிற நேரமாயிட்டுது."

"அப்படின்னா அதுக்கு வைத்தியம் செஞ்சிட வேண்டியதுதானே?"

"வேணாம் கேசவண்ணே–" என்று உச்சஸ்தாயியில் மறுத்த ரவி, "பைத்தியம் கொஞ்சம் மாறி வருது" என்றும் கூறினான்.

"பைத்தியத்துக்கிட்ட கேட்டா அப்படித்தான் சொல்லும். என்றாலும், இதுதான் நல்ல லட்சணத்துக்கு அடையாளம்" என்று கூறிச் சிரித்தார் கேசவன்.

நடக்கத் தொடங்கியபோது, "இப்ப நான் சொல்லப் போறது உனக்கு உபதேசம் செய்யறதா நெனைச்சிக்காதே" என்னும் முன்னுரையுடன் கேசவன் பேசத் தொடங்கினார்:

"உன்னோட மாமன் கல்யாணத்துக்காக தேங்காயக்கூட எடுத்து ஒதுக்கி வச்சுருக்காரு. பந்தலுக்காக கீத்துப் பின்னவும் தொடங்கியிருந்தாரு. அதுக்கு இடையிலதான் உன்னோட இந்தக் குட்டி நாடகம். எல்லாத்தையும் சகிச்சிக்கலாம். ஆனா, நீயே அந்தப் பாவப்பட்ட பொம்பளக் கொழந்தய இப்படி வெரட்டி அடிச்சதுதான் ரொம்பக் கஷ்டமா போயிட்டுது."

திடீரென அம்பிகாவைப் பற்றி நினைத்துக் கொண்டான் ரவி. மனதின் உள்ளுக்குள்ளே உள்ள கும்மிருட்டில் அவள் எப்போது காணாமல் போனாள்?

அவளை மறக்க ஆரம்பித்தது எப்படி?

இல்லை. மறக்கவில்லை. மனதின் இருண்ட மூலையில் எங்கேயோ அவள் மறைந்து கொண்டுதான் இருக்கிறாள்...

அவளை அழவும் வைத்தாகி விட்டது...

"ரவி ஒரு காரியத்த மட்டும் நீ செய்ஞ்சுடனும்கறது என்னோட அபிப்பிராயம்" என்றார் கேசவன்.

கேள்விக் கேட்பது போல் அவரை நோக்கினான் ரவி.

"பாப்புட்டிக்காவோட மகளுக்கு சீக்கிரமே நிக்காஹ் நடந்துடும். நாம மட்டும் அவுங்களுக்கு எளைச்சவங்களா,

தமிழில்: குறிஞ்சிவேலன் 153

என்ன? நாமும் ஒரு உறுதிய எடுத்துக்கணும். சுலேகாவோட நிக்காஹுக்கு முன்னாடி உனக்கும் அம்பிகாவுக்கும் ரொம்ப ஆடம்பரமா கல்யாணத்த நடத்திடணும். என்ன சொல்றே...”

வெறுமனே சிரித்தான். சிரிப்பு வரவில்லை ரவிக்கு.

ஆனால், ஒரு நொடிக்குள் ரவியின் மனதில் ஒரு காட்சி மின்னி மறைந்து விட்டது. அம்பிகா சரிகைச் சேலையுடுத்தி ஆபரண அலங்காரியாக குத்து விளக்கிற்கு முன்னே வந்து நிற்கும் ஒரு காட்சி, அது.

ஒளிந்திருந்த மூலையிலிருந்து எழுந்த அம்பிகா, “ரவியத்தான் தோத்துட்டாரு... ரவியத்தான் தோத்துட்டாரு”.... என்று கூறி உரத்துச் சிரித்துக் கொண்டே ஓடி வருகிறாள்.

“மொதல்ல மாமா கொஞ்சம் துள்ளித்தான் குதிப்பாரு...” என்றார் கேசவன்.

“நீ முஸ்லீமா மதம் மாறப் போறேன்னு கேள்விப்பட்டதா ராதா கிட்ட மாமா சொன்னாராம்... சொன்னா என்ன?... பரவாயில்ல. அத்தை உன் பக்கத்துலதான் இருப்பா! நாம கிரீன் சிக்னல் கொடுக்க வேண்டியதுதான். என்ன சொல்றே?”

“என்ன செய்யணும்னு சொல்றீங்க கேசவண்ணே?”

“சொல்றேன், நீ இப்பவூட்டுக்குப் போ. உன் வூட்டுக்குத்தான்...”

வழக்கத்துக்கு மாறாக மதியத்திற்கு முன்பே கேசவனுடன் சேர்ந்து வீட்டுக்கு வந்ததும் சியாமளா அண்ணி ஆச்சர்யப்பட்டாள்.

“இன்னிக்கு என்னாச்சு? வழிகிழி தவறிப் போச்சா?”

“வழியொண்ணும் தவறலேம்மா” என்ற கேசவன், “மொதல்ல கொஞ்சம் வழி மாறிட்டாலும் இப்ப நேர் வழிக்கு வந்தாச்சு... சோறு கொழம்பெல்லாம் ஆயிட்டுதா?” என்றார்.

“ஆகாம என்ன?”

“என்னா கொழம்பு?”

“சாம்பாருதான்!”

“அப்புறம்?”

"அப்புறம் பொரியலும், ஊறுகாயும்தான்…" என்று சிரித்தாள் அண்ணி. "இன்னிக்கு என்னா இப்படி விசாரிக்கறீங்க?"

"ஒரு மகிழ்ச்சியான சங்கதி சொல்லப்போறேன். அதுக்குத்தான் சாப்பாட்டுல ஸ்பெஷல் ஐட்டம் ஏதாச்சும் இருக்குதான்னு விசாரிச்சேன்…"

"மொதல்ல சங்கதிய சொல்லுங்க, நொடியில ஸ்பெஷல் ஐட்டங்களச் செஞ்சிடறேன்."

"இன்னியிலேர்ந்து ரவி நல்ல பையனா ஆவப் போறான்" என்று கேசவன் அறிவித்தார்.

அண்ணிக்கு ஒன்றும் புரியாமல் விழித்துக் கொண்டு நின்றாள்.

"சுலேகாவுக்கும் ரவியோட ஃப்ரண்டு சலீமுக்கும் கல்யாணம் நிச்சயமாயாச்சு.."

"ராதா அத்தான் கூட அப்படி நடக்குதுன்னு கேள்விப்பட்டதாதான் சொன்னாரு."

"அதனால, ரவிக்கும் ஒரு பிடிவாதம் வந்துட்டுது. தன்னோட கல்யாணமும் அவளோட நிக்காஹுக்கு முன்னால நடந்துடணும்னு நினைக்கறான்."

"நீங்க சொல்றது உண்மைதானா! கடவுளே!"

"கடவுளு சொல்ல மாட்டாரு. பக்கத்துலேயே தான் ஆளு இருக்கானே, கேட்டுக் கோயேன்'

"இருந்தாலும், கடவுள்தானே இப்படி ரவிக்குத் தோன்றச் செஞ்சிருக்கணும்?"

"ரவி நாளைக்கே மாமா வூட்டுக்குப் போறான். மாமாவப் பாக்கறான். அத்தையப் பாக்கறான். பேசறான். கடைசியில மொறைப் பெண்ணையும் தனியா பார்த்துப் பேசறான். சரிதானே?'

"அடேயப்பா, அப்படியா சங்கதி? அந்தக் குட்டி இப்ப ஷாக்குலல்ல நின்னுக்கிட்டிருக்கா?"

"அப்படின்னா, நீ போயி சோறு போடு. இன்னிக்கு என்னவோ சீக்கிரமாவே பசியெடுக்க ஆரம்பிச்சுட்டுது"

“இருங்க, சாப்பாட்ல ஏதாவது ஸ்பெஷல் ஐட்டம் வேணாமா? ஒரு பத்து நிமிஷம் இருங்க.”

சியாமளா உற்சாகத்துடன் உள்ளே ஓடினாள். கேசவன் ரவியின் தோளில் தட்டினார்.

“ஒண்ணும் கஷ்டமா நெனைக்காதேடா, எல்லாம் சரியா போயிடும்...”

இரவு சாப்பிட்டு முடித்த பின் ஒரு சிகரெட்டை இழுத்துக் கொண்டு ஈஸிச்சேரில் மல்லார்ந்து படுத்திருந்தான் ரவி.

திண்ணையிலுள்ள லாந்தரைச் சுற்றிலும் சிறிய ஐந்துக்கள். அந்த ஐந்துக்களைப் பிடிக்க தக்க நேரத்தை நோக்கிக் கொண்டு நிற்கும் ஒன்றிரண்டு பல்லிகள்.

பாத்திரங்களைக் கழுவிய பின் சிம்ணி விளக்குடன் சியாமளா அண்ணி வீட்டின் முகப்புக்கு வந்தாள்.

“ரவி, உனக்கு அடைக்கா வேணுமா?”

“அடைக்காவா?”

“அதாம்பா, வாசனைப் பாக்கு... இந்தா.”

சிகரெட்டுத் துண்டைத் தூக்கியெறிந்து விட்டு அண்ணிக் கொடுத்த சிறிய பாக்கெட்டை உடைத்து பாக்குத் தூளை வாயில் போட்டுக் கொண்டான் ரவி. முதலில் இனிப்பு; பின் மெல்லிய துவர்ப்பு. அண்ணியும் பாக்குத் தூளை மெல்லுகிறாள்.

“ராதா அத்தான் வாங்கி வந்து வைக்கறதுதான் இது. நடுவுல நடுவுல அவுரு வெத்தலப் போடறதுண்டு, பொகை யிலயக் கூடச் சேர்த்துப்பாரு.”

அண்ணியும் வெற்றிலைப் போட்டுப்பாளோ?

சில நேரங்களில் மட்டும் போட்டுக் கொள்வாள். ஆனால் புகையிலைப் போட்டுக் கொண்டால் அவளுக்குத் தலையைச் சுற்றும் என்பாள்.

குளிர்ந்த காற்று வீசியது.

“மழைக்காலமெல்லாம்கூட போயிட்டுது. இதுவரைக்கும் ஒரு நல்ல மழைகூடப் பெய்யல” என்றாள் சியாமளா.

"ராத்திரியில செல சமயம் பெய்யுதே. ஒருவேள பகல்ல பெய்யறதுக்கு மழைக்கு வெக்கம் வந்துருக்கும். மழைக்காலம் தொடங்குனதுகூட லேட்டாதானே..."

சியாமளா சிரித்தாள்: "உனக்கு இப்பதான் ரவி நல்ல மூட் வந்திருக்கு. முகத்தப் பார்த்தாலே தெரியுதே! இந்த மொகத்துல இதுவரைக்கும் என்னா டென்ஷன் இருந்தது? சரி, நான்தான் கேக்கறேன்—உனக்கு ஏன் இப்படிப்பட்ட எண்ணமெல்லாம் தோணுச்சி?"

கேள்வியை அவன் எதிர்பார்த்ததுதான். இந்த உருவத்தில் இல்லையென்றாலும் வேறொரு விதத்தில் எதிர்பார்த்ததுதான். அதற்குப் பதில்தான் இல்லை. காட்டுக் குரங்கைப் போன்றுள்ள மனதைத்தான் அந்தப் பழி சேரவேண்டும். மனதில் வடித்திருந்த உருவங்கள் சிதலங்களாகி விட்டன. மீண்டும் புதிய சிற்பங்கள் உருவாயின. மீண்டும் உருக்குலைந்தன— எல்லாம் சிதைந்த சிற்பங்கள்... அழியும் உறவுகள்...

"உங்களுக்கு என்மேல வெறுப்புத் தோணுதுங்களா அண்ணி?"

"வெறுப்பா? எதுக்கு?"

"நான் எல்லாரையுமே கஷ்டப்படுத்திட்டேன். உதவி செய்யலேன்னாலும் உபத்திரவம் செய்யக்கூடாதுன்னு சொல்லுவாங்க. நான் இங்க வந்து எல்லாருக்குமே உபத்திரவம்தானே செஞ்சுட்டேன்?"

"அதைப் பத்தியெல்லாம் இனிமேலும் நெனைச்சி மனசக் கஷ்டப்படுத்திக்காதே ரவி. எல்லாம்தான் சரியாயிட்டுதே. நடந்ததையெல்லாம் ஒரு கெட்ட கனவா நெனைச்சிக்கிட்டா போதும்."

"லீவுல வந்த பின்னால, என்னால யாரெல்லாம் அழுது இருக்காங்கறத யோசித்தேன் நான்."

"அதையெல்லாம்தான் மறந்துடச் சொல்லிட்டேனே, நான்..."

சிறிது நேரம் சென்றவுடன் சியாமளா அண்ணி எழுந்து கொண்டாள்.

"காலையிலேயே போவணுமாச்சே, போய்ப் படுத்துக்க."

"சரி."

"ராந்தலு வூட்டு மொகப்புலேயே இருக்கட்டும். ராதா அத்தான் கோயம்புத்தூருக்குப் போவணும்னு சொல்லிட்டு போனாரு. எப்ப திரும்பி வருவார்ன்னு சொல்ல முடியாது. அதனால், இங்கியே இருக்கட்டும்.'

ரவி எழுந்து தன் அறைக்குச் சென்றான். சியாமளா சாய்வு நாற்காலியை மடக்கிச் சுவரில் சார்த்தி வைத்தாள். நாற்காலியை மடக்கி வைப்பதற்கான காரணத்தையும் அவளே கூறினாள்:

"பக்கத்து வூட்டு டைகருக்குச் சில சமயம் சோறு வைப்பேன். அந்த உறவ வைச்சிக்கிட்டு அந்த நாயி சிலசமயம் இங்க வந்து தங்கிடும். இங்க வர்றபோது அந்த 'பெரிய மனுஷனுக்கு' இந்த நாற்காலில் படுத்தாதான் தூக்கம் வரும்..."

ரவி சட்டையைக் கழட்டிவிட்டு படுக்கையில் அமர்ந்தபோது சியாமளா சிம்ணி விளக்குடன் வாயிற்படியில் வந்து நின்றாள்.

"காலையிலேயே போறேல்லே?"

"நான் தனியாவா போவணும்?"

"தனியா போனா என்ன? பயமாருக்கா?"

"பயமில்ல..."

அண்ணி சிரித்தாள்.

"நான் சும்மா கேட்டேன்..."

"எப்படியோ, நீங்களும் வரணும் அண்ணி. ஒரு காம்ப்ரமைசுக்காவது நீங்க வந்தாதானே நல்லது?"

அத்தான் வரட்டும். ரெண்டுபேரும் சேர்ந்து யோசிச்சிட்டு, வேணும்னா நாங்களும் வர்றோம்" என்று கூறிய அண்ணி ஒரு நிமிடம் நிறுத்தி மீண்டும் கூறினாள்: "அம்பிகா நல்ல பொண்ணு. அவ உனக்கு நல்ல மனைவியாவும் இருப்பா ."

"எனக்குக் கேரண்டி தர்றீங்களோ?"

"காரண்டின்னே வெச்சுக்கோயேன்."

குளிர்ந்த காற்று ஜன்னல் வழியே உள்ளுக்குள் வந்தது. தோட்டத்திலுள்ள வாழைச் சருகுகளும் கமுகின் காய்ந்த மட்டைகளும் மற்றவைகளும் காற்றில் ஆடும் சப்தம்–

“குடிக்கற தண்ணிய மேஜை மேல வைச்சிருக்கேன்” என்ற சியாமளா, “இந்தக் குளுமையான நேரத்திலுமா தண்ணீர்த் தாகம் தோணும்?” என்று கேட்டாள்.

“அப்படில்லாம் இல்ல. எல்லாம் ஒரு முன்னெச்சரிக்கைங்கற நெலயிலதான்...”

“உங்க அண்ணன் படுக்கறதே தாமஸம்; படுத்துட்டாலோ அப்புறம் உடனே கொறட்டைதான். எவ்வளவு வேக்காடா இருந்தாலும் ராத்திரியில தண்ணிக் குடிக்க மாட்டாரு. தாகம் இருக்குமான்னு யாருக்குத் தெரியும்? எழுந்தாதானே தெரிஞ் சிக்கலாம்....”

“கல்ஃப்லவுள்ள எங்க ரூம்ல ப்ரிஜ்ஜில் எப்போதும் தண்ணீ நிரப்பின பாட்டிலுங்க இருக்கும். அங்கதான் ஒரு மாதிரியான வறண்ட பிரதேசமாச்சே? அதனால பக்கத்துலேயே தண்ணீ பாட்டிலு இருக்கும் சில பேருங்க தண்ணிக்குப் பதிலா பீரைத்தான் குடிப்பாங்க.”

“அதுசரி.... அப்படின்னா எந்த நேரத்துலேயும் போதை யிலதானே இருப்பீங்க?” என்று புன்னகைத்தாள் சியாமளா.

“பீருக்கு போதை ஏது?”

சிறிது நேரம் மௌனமாக நின்ற பின், “இந்த வெளிப்புறத்துல இருக்கறது சௌகரியமா போச்சி. எந்த நேரத்துக்கு வந்தாலும் யாரையும் எழுப்பித் தொந்தரவு பண்ணாமா புகுந்துக்கலாம்” என்றாள் சியாமளா.

“நான் பாலிடெக்னிக்குல சேர்ந்ததுலேர்ந்தே, இதான் என்னோட பெட்ரூம், ஸ்டடிரூம், லைப்ரரியெல்லாம்...”

“படுத்துக்கறப்போ உள்புறமா தாப்பா போட்டுக்கறது இல்லியா?’

“போடுவேனே!”

“சில சமயம் காலையில பாக்கறபோது தாப்பா போடாம இருக்குது. ஆளும் நல்ல தூக்கத்திலே இருக்கே...”

“சில நாள்ல... மறந்துட்டிருக்கலாம்.”

“போதையில இருக்கற நாளுங்கள்ல மட்டும் மறந்துருவே போலிருக்கு. எனக்குத் தெரியும்.”

கூச்சத்துடன் புன்னகைத்தான். சிம்ணி விளக்கின் திரியை உயர்த்திக் கொண்டும். தாழ்த்திக் கொண்டும் ஒரு நிமிடம் நின்றாள் சியாமளா.

“இந்த போதையும் நடுராத்ரி வரைக்கும் சுத்தறது மெல்லாம் இன்னியோட முடிஞ்சி போச்சி! நாளைக்குத் தான் அம்பிகாவைப் பாக்கப் போறியே!'

“உம்” கொட்டினான் ரவி.

“அப்புறம் கல்யாண வேலை அதிகமாயிடும். கல்யாணம் ஆனதுக்கு அப்புறம் இப்படி சுத்திக்கித்தி வர முடியாது.”

ஜன்னலின் வழியே மின்னலின் பிரகாசம் ஒளிர்ந்தது. பரணையில் உலர்ந்த தேங்காய்கள் உருள்வது போல் இடி முழங்கியது.

“இன்னிக்கு நல்லா மழ பெய்யும்னு தோணுது. அந்த ஜன்னலை அடைச்சிக்க. அதான் நல்லது. சாரலடிக்கும். காற்றும் கூட அந்த வழியாதான் வரும்.”

“சாரலடிச்சாலும் பரவாயில்ல. மழை பெய்யட்டும்.”

“நீ சொல்றதும்கூட சரிதான். ஒரு மழை திமிறினாதான், அப்புறம் பூமியும் கொஞ்சம் குளிரும்.”

சியாமளா வீட்டிற்குள் போகத் திரும்பினாள். பின் சிறிது நேரம் வாசலிலேயே நின்றாள். விளக்குத் திரியை உயர்த்திக் கொண்டும் தாழ்த்திக் கொண்டும் மெதுவாகக் கேட்டாள்:

“அந்தப் பொட்டிக்கு அடியில அஞ்சாறு கொழந்தைங்க உடுப்புகளைப் பார்த்தேனே... அவைகளயெல்லாம் யாருக்காக வாங்கினே?”

ரவி முகத்தை உயர்த்தி அவளை நோக்கினான். அண்ணியின் முகம் நிழலில் இருந்தது. விளக்கிலுள்ள திரி உயரும்போது அவளின் ஒரு பக்க முகம் மட்டும் தெரியும். வெகுவேகத்தில் அந்த முகத்தின் சாந்தம் கட்டுக்கடங்காத அலைகளில் அகப்பட்டு வழி தவறிப் போய் விட்டது.

அவளுக்கு என்ன பதில் கூறுவது?

ஷாப்பிங்கை அவசர அவசரமாகச் செய்யும்படியாகி விட்டது. இராமகிருஷ்ணனும் கூடவேதான் இருந்தான்.

துணிக்கடையில் இருக்கும்போது, குழந்தைகள் சட்டை வேண்டாமா என்று இராமகிருஷ்ணன் கேட்டிருக்கலாம்... இராமகிருஷ்ணனுக்கு சகோதரர்களும் அவர்களின் குழந்தைகளுமாக பெரியதொரு படையே வீட்டில் உண்டு. ஆனால், இங்கே?... அந்தக் குழந்தைகள் உடுப்புகள் அண்ணியை வேதனைக்குள்ளாக்கி விட்டன –

அத்தை ஒரு முறை சொன்னது ரவியின் நினைவுக்கு வந்தது. இந்த அம்பிகாவுக்கு ஒரு குழந்தை பாக்கியம்.... எத்தனையோ வருஷமாயிட்டுதே....

"நான் சும்மாதான் கேட்டேன். நீ படுத்துக்கோ" என்றாள் சியாமளா.

அவள் வெளியேறி கதவைச் சாத்தினாள். அதன்பின் நடைபாதை கதவுகளும் சாத்தப்படும் சப்தம் கேட்டது.

படுக்கையில் நீட்டிப் படுத்தான் ரவி.

மனதின் மாற்றத்தைப் பற்றி நினைத்துக் கொண்டான். இப்போது காரணமில்லாமலேயே ஓர் நிம்மதி தோன்றுகிறது. குழப்பமான ஒரு பிரச்னைக்குத் திடீரென தீர்வைக் கண்டுபிடித்து விட்டதுபோல்...

விழிகள் ஆழ்ந்த உறக்கத்தில் மூடியதும் பல்வேறு முகங்கள் உணர்ச்சியின் உள்ளறைகளிலிருந்து வெளியே எட்டிப்பார்க்க ஆரம்பித்து விட்டன –

ஜெயந்தி ஜோஷ்வா முதல் கள்ளுக்கடையிலுள்ள சௌதாமினியின் முகம் வரையில்...

ஷிப்ட் இன்ஜினியர் வில்யம் வாட்சின் சிவந்த முகம் முதல் பாப்புட்டிக்காவின் சோர்ந்த முகம் வரையில்...

முதலில் தெளிந்தும் பின் மறையவும் செய்த முகங்கள்...

கடைசியில் மங்காமல் மறையாமல் ஒரு முகம் மட்டுமே மீதமிருந்தது.

புன்னகைப் புரியும் அம்பிகாவின் முகம்தான் அது.

உரத்துச் சிரிக்கும் அம்பிகா...

வருத்தத்துடன் நிற்கும் அம்பிகா...

மேகக் கீற்றுகளுக்கிடையே உள்ள முழு நிலவைப் போல் –

தமிழில்: குறிஞ்சிவேலன்

சில சமயம் மழை மேகங்களுக்கிடையே ஒளிந்தும் தெளிந்தும் காணப்படும் பிறை நிலவைப் போல் –

அம்பிகா..... அம்பிகா மட்டுமே தெரிந்தாள்.

அவளுடைய நீண்ட விழிகள் படபடத்தன.

பொன்னிற கன்னத்தில் முத்தமிடும் முடியிழைகள். தடித்த கீழுதட்டின் மத்தியில் ஒரு வளைவு உண்டு. அதற்குத்தான் எவ்வளவு அழகு இருக்கிறது! அவள் சிரித்தால் அது காணாமல் போய்விடும். அதற்குப் பதில் கன்னத்தில் ஒரு பொய்க் குழி விழும்.

"நீ வெண்ணெய கையில வச்சிக்கிட்டு ஏன்டா நெய்யிக்காக அலைஞ்சே?" என்பது கேசவனின் வார்த்தைகள்.

ஆமாம். வெண்ணெயைக் கையில் வைத்துக் கொண்டுதான் – இந்த அறையில் ஒரு வசந்தகாலத்தைப் போல் அவள் வந்து நிற்கிறாள். குற்றவுணர்வுடன் அவளின் மார்பில் தலையைச் சாய்க்கும்போது சாந்தப்படுத்தும் குளிர்ந்த வார்த்தைகள்.

'எல்லாம், பரவாயில்ல ரவியத்தான்...'

கனவிற்கும் நடப்பிற்கும் ஒத்த நிலை கை கூடிற்று. நடப்பிற்கு அனுசரணையாகவுள்ள கனவுகளைக் காண முடிகிறது.

ஆனால், அவைகள் கனவுகளாக மட்டுமே முடிந்து விடுமோ?

நடப்பில் மட்டும் மலரும் நறுமண மலராகுமோ?

"அதெல்லாம் பரவாயில்ல, ரவியத்தான்... ஒண்ணும்..."

பூமாதேவியைப் போல் அவள் எல்லாவற்றையும் மன்னித்து விட்டிருக்கிறாள்.

அவள் இப்போது இங்கேதான் இருக்கிறாள். அதுவும் இந்தக் கட்டிலில்தான் இருக்கிறாள். அவளுடைய ஒத்துப் போகும் பேச்சுக்கள் காதில் குளிர்ச்சியைச் சொரிகின்றன. கட்டுக்கடங்காத மூச்சுக்காற்று முகத்தில் தட்டுகிறது. பூமொட்டைப் போன்ற மிருதுவான விரல்கள் நெஞ்சின் வழியே சஞ்சரிக்கின்றன. வெந்நீரின் ஒத்தடம்... நெற்றியில், கன்னத்தில், கழுத்தில்...

திடீரென உணர்ந்தெழுந்தான் ரவி.

சூடேறிய எண்ணெயும் பவுடரின் மணமும் சேர்ந்த ஒரு கலப்பு நறுமணம்தான் முதலில் அநுபவப்பட்டது. திடுக்கிட்டு பார்த்தான்... சியாமளா அண்ணி!

"என்ன, என்ன இது?"என்று கேட்டான் ரவி.

சிம்ணி விளக்கின் அரண்ட வெளிச்சத்தில் அவள் மேஜைமேல் முழங்கையை ஊன்றி குனிந்து நின்றாள்.

"என்ன, அண்ணி?"

பதில் வரவில்லை. அவள் விழிகளை உயர்த்தி நோக்கியபோது கண்களின் பிரகாசத்தை ஒரு நொடிதான் பார்க்க முடிந்தது. அதன்பின் அவை கண்ணீரால் நிறைய ஆரம்பித்தன. உருண்டு வெடித்து வந்த ஒரு விம்மலை அடக்க அவள் தன் அதரங்களைக் கடித்து மூடினாள்.

ரவி எழுந்து கொண்டான்.

"சொல்லுங்க... என்ன விஷயம்...?"

பதில், வெடித்து வந்த ஒரு அழுகையாகத்தான் இருந்தது.

அவள் ஒரு முறை நிமிர்ந்து பார்த்தாள். பின் வெளியே ஓடி விட்டாள்.

உள் அறைகளிலுள்ள வாயிற்கதவுகள் ஒவ்வொன்றாக சாத்தப்படும் சப்தம் மட்டும் காதில் வந்து விழுந்தன.

வெளியிலும் மழை பெய்யத் தொடங்கி இருந்தது.

★

10

காலை நேரம்.

ரவி எழுந்திருப்பதற்கு நேரமாகி விட்டிருந்தது. கண்களைத் திறந்தபோது சுவரில் ஜன்னலின் வழியே வரும் இளம் வெயிலின் நீண்ட சதுரங்கள்.

எழுந்தவன் ஜன்னல் கம்பிகளைப் பிடித்துக் கொண்டு வெளிப்புறத்தை நோக்கினான். மழையில் நனைந்த இயற்கை குளிர்ந்த வெயிலில் புன்னகைத்துக் கொண்டு நிற்கின்றது.

வீட்டின் முன்புறம் வந்தபோது முற்றத்திலிருந்து வராண்டாவிற்கு ஏறிக் கொண்டிருந்தாள் சியாமளா அண்ணி. அவள் காலையிலேயே குளித்து விட்டிருந்தாள். வெண்பட்டு உடுத்தியும் நெற்றியில் சந்தனக் குறியும் இட்டிருந்தாள். கோயிலுக்குச் சென்று வந்து கொண்டிருக்கிறாள் என்று தோன்றுகிறது. கையில் உள்ள இலையில் பிரசாதம் இருந்தது.

"இன்னிக்கு என்ன அண்ணி, பெட் காபிக்குப் பதிலா பிரசாதம்தானா?" என்று கேட்டான் ரவி.

"காப்பி இப்பவே போட்டுத் தர்றேன்" என்றவளின் முகம் ஜீவனற்று இருந்தது. அவளின் குரலும் மென்மையாக சப்தமில்லாமல் இருந்தது.

"இன்னிக்கு என்ன விசேஷம்? காலையிலேயே கோ யிலுக்குப் போனீங்க?"

"ஒண்ணுமில்ல."

உள்ளேயிருந்து ராதா அண்ணன் வீட்டின் முன்புறம் வந்தான்.

"அட, நீங்க எப்போ வந்தீங்கண்ணே?"

"நடு நிசிக்குப் பின்னாலதான் வந்தேன். ஸ்டேஷன்லேர்ந்து ஜீப்பு ஒண்ணு கெடைச்சிது. இங்க வர்றபோதுல்லாம் கோழி கூவிட்டுது."

"நீங்க வந்ததே எனக்குத் தெரியாதண்ணே."

ராதா அண்ணன் உற்சாகமாக இருந்தார். ஒரு இக்கட்டான கட்டத்தைத் தாண்டி விட்டது போன்ற நிம்மதி இருந்தது அந்த உற்சாகத்தில்.

முதலில் தான் மட்டும் போய் வருவது என்று ராதா முடிவு செய்தார். அதன்பின் அண்ணியும் தம்பியும் போனால் நல்லது என்றும் கூறிவிட்டார்.

மாமாவை முதலில் 'கன்வின்ஸ்' செய்ய வேண்டாமா? முதலில் அத்தையைப் பார்க்க வேண்டும். மாமா கோபத்தினால் எவ்வளவு துள்ளினாலும், அவருடைய மூக்கணாங்கயிறு அத்தையின் கையில்தானே இருக்கிறது? பின், தானே அம்பிகாவின் மேலுள்ள ஊடலும் மாறிவிட்டது என்று அவளுக்கும் அறிவிப்பதுதானே நல்லது.

காலையிலேயே போய் விட வேண்டும். பஸ்ஸிற்காக காத்துக் கொண்டு நிற்கக் கூடாது. டாக்ஸியைப் பிடித்துப்போய் விடவேண்டும். ஆனால், அவசரப்பட்டு திரும்பவேண்டாம். அவர்களின் விருந்துகளை எல்லாம் ஏற்றுக் கொண்டு இருட்டுவதற்கு முன் திரும்பினால் போதும்.

"நீயொண்ணும் நெர்வஸ் படவேணாம். நீ நஷ்டப்படறதுக்கு ஒண்ணுமில்ல. அவுங்களுக்குத்தான் அதுல்லாம் இருக்கு புரிஞ்சிதா?" என்றெல்லாம் ராதா ரவிக்கு உபதேசித்தார்.

ரவிக்கு சரியாகப், புரியவில்லை. ராதா அண்ணன் என்ன உத்தேசித்திருக்கிறார்.

டாக்சி மாமாவின் வீட்டுக்கு முன்னே சென்று நின்றபோது ஒரு பிரைவேட் கார் முற்றத்தில் நின்று கொண்டிருந்தது. முன் கதவைத் திறந்து வைத்துக் கொண்டு சிகரெட்டை இழுத்துக்

கொண்டிருந்தான் டிரைவர். டாக்ஸிக்கான பணத்தைக் கொடுத்து அனுப்பி விட வேண்டும் என்றுதான் முதலில் கருதியிருந்தான் ரவி. ஆனால், காரைப் பார்த்தவுடன் டாக்ஸியைத் திருப்பி அனுப்பும் எண்ணத்தை மாற்றிக் கொண்டான்.

வந்துள்ள விருந்தினர்கள் எங்கிருந்து வந்திருக்கிறார்களோ! ஒருவேளை அத்தையின் அண்ணனாக இருக்கலாம். ஃபோர்ட் ட்ரஸ்டில் அதிகாரியாக இருப்பவர். சிகப்பு நிறம். அவர் சிலசமயம் இங்கு வருவதுண்டு.

டாக்ஸி டிரைவரிடம் காத்திருக்கும்படி கூறிவிட்டு இறங்கும்போது வேட்டித்தடுத்தது. ரவி எட்டுமுழம் பாலியஸ்டர் வேட்டியை உடுத்திருந்தான். அந்த வேட்டியின் ஒரு முனையைப் பிடித்துக் கொண்டு கேட்டைத் தாண்டி வீட்டை நோக்கி நடந்தான்.

முற்றத்தை அடைந்தபோதுதான் வரவேற்பறையிலிருந்து பேச்சும் சிரிப்பும் கேட்டன.

வெராண்டாவிற்குள் நுழைந்து செருப்பைக் கழட்டி போகும்போது ஜன்னல் திரைச் சீலையின் சந்து வழியாக உள்புறம் நோக்கினான். வாய் மூடாமல் பேசிக் கொண்டிருக்கும் ஒரு பெரியவரின் ஒரு பகுதியை மட்டும் காண முடிந்தது.

நெற்றியில் பெரிய சந்தன பொட்டு. காதில் – சிகப்புக்கல் பதித்த கடுக்கன்.

"கண்டிப்பா பார்த்துடணும். கண்டிப்பா பார்த்துடணும்" என்றுதான் அவர் திரும்பத் திரும்பக் கூறினார்.

"இதெல்லாம் என்ன, ஒண்ணு ரெண்டு மாசத்துக்கு மட்டும் வேண்டிய ஏற்பாடா என்ன! உயிரு இந்த உடலவுட்டுப் போற வரைக்கும் உள்ள விஷயமாச்சே! ராகு காலம் குளிகைக் காலத்தையெல்லாம் நல்லா பார்க்கறதுதானே நல்லது... நான் சொல்றது சரிதானே மேனன்?"

"மணி பத்தரையாயிட்டுது. இன்னும் நீட்டிக்கிட்டுப் போக வேணாம்," என்ற மாமன், "ஸ்ரீதேவி! அம்பிகாவ அழைச்சிக்கிட்டு வா" என்று பெருத்த சப்தத்தில் கூறினார். நிறைய பேர்கள் இருந்தார்கள்.

யாரும் தன்னை இதுவரை பார்க்கவில்லை. வேண்டுமானால் இந்த நிமிடத்திலேயே இறங்கிப் போய்விடலாம். எதுவும் நடக்காததைப் போலவே போய்விடலாம். கேட்டை அடைந்தது முதற்கொண்டே மகிழ்ச்சிக்கும் எதிர்பார்ப்பிற்கும் மாறாக பயம்தான் உள் மனதில் மேலோங்கி இருந்தது. வரப்போகும் ஏமாற்றத்தைப் பற்றி உள் மனம் முணுமுணுக்கிறதோ?

திரும்பிப் போய் விடலாமா? ஒரு நிமிடம் நின்று யோசித்தான் ரவி. இல்லை, உறவின் உரிமையுடன் உள்ளே போகலாமா? தோல்வி அடையக்கூடாது. குறைந்த பட்சம் தோல்வி அடைந்து விட்டோம் என்று மற்றவர்களுக்கு உணர்த்தாமலாவது இருக்க வேண்டும்.

உள்ளே நுழைந்தான். 'சந்தனப் பொட்டுக்கார பெரியவர்'தான் தன்னை முதலில் பார்த்தார் என்று தோன்றுகிறது. அவர், 'வாங்க!' என்றும் கூறி சிரித்தார். அறிமுகமானவர் இல்லை. ஆனால், வீட்டுக்குள் நுழைந்தவர் வீட்டுக்காரர்களுக்கு வேண்டப்பட்டவராக இருக்கலாம் என்னும் நம்பிக்கையிலுள்ள சிரிப்பு அது.

அறையின் மூலையிலிருந்த நாற்காலியில்தான் சபாரி சூட் அணிந்தவன் உட்கார்ந்திருந்தான். ஆள் கருப்புதான். தடிமனானவனும் கூட. அக்கூட்டத்திலேயே அவன் இளம் வயது. அதனால், அவன்தான் எதிர்கால மணமகன் என்பதை யூகித்துக் கொண்டான் ரவி. அவனுக்கு எதிரே சோபா செட்டில், கதர் சட்டையும் சால்வையும் அணிந்த நரைத்த மீசையை விரல்களால் தடவிக் கொண்டிருந்தார் ஒருவர். சாய்வு நாற்காலியில் மாமா நிமிர்ந்து உட்கார்ந்து கொண்டிருந்தார்.

டீ கப்புகள் நிறைந்த ட்ரேயுடன் அறைக்குள் நுழைந்த அம்பிகா முதலில் ரவியைத்தான் பார்த்தாள். அவளின் விழிகளில் ஒரு செகண்ட் நேரத்திற்கு நம்பிக்கையின்மை நிழலாடியதாகத் தோன்றிற்று. அவள் சட்டென விழியை கீழ்புறம் தாழ்த்திக் கொண்டு குனிந்த தலை நிமிராமல் ஒவ்வொருத்தருக்கும் நேரே ட்ரேயை நீட்டினாள்.

மாமா தன் குரலில் வெறுப்பை மறைக்க முயன்று கொண்டே , "இவனும் என்னோட மருமவன்தான். பேரு ரவி" என்று கூறினார்.

சபாரி சூட்டுக்காரன் டீ கப்பை டீப்பாயில் வைத்துவிட்டு எழுந்து நின்று கை நீட்டினான்.

“ஐயாம் பிரபாகர்.”

“ஹலோ” என்ற ரவி, அவன் கையைப் பிடித்துக் குலுக்கினான். அந்த நிமிடமே காலி ட்ரேயுடன் அம்பிகா உள்ளே போவதையும் கவனித்தான்.

சந்தனப் பொட்டுக்காரர் அழைத்தார்:

“வாங்க, ஒக்காருங்க.”

வருங்கால மாப்பிள்ளையும் தனக்கு அருகேயுள்ள நாற்காலியைச் சுட்டிக் காட்டி, ‘ப்ளீஸ்’ என்றான்.

ரவி நாற்காலியில் அமர்ந்தான். மாமாவின் முகத்தில், வேண்டாத நேரத்தில் வந்து விட்டவனைப் பார்த்து விட்டது போன்ற வெறுப்பு இருந்தது.

“டீயக் குடியுங்களேன்” என்ற மாமா, “இப்ப பலகாரம் வேண்டாம்னு நான்தான் முடிவு செஞ்சுட்டேன். சாப்பாடெல்லாம் ரெடியாயிட்டுது. இப்ப எதையாவது சாப்பிட்டுட்டா அப்புறம் சாப்பிட முடியாதேங்கற எண்ணத்துலதான் அப்படிச் செஞ் சுட்டேன்” என்று விளக்கம் கொடுத்தார்.

“சாப்பிட முடியாதுதான்; நீங்க செஞ்சதும் சரிதான்” என்ற பெரியவர், “சாப்பாட்டோட ருசியே பசியிலதான் இருக்கு” என்று கூறினார்.

திடீரென, நேர்த்தியான நகபாலீஷ் போட்ட கால் விரல்கள் பூமியின்மேல்– வெள்ளிச் சரிகையுள்ள இளம் சிகப்பு நிற சேலையின் பின்னணியில் தோன்றின –

முகத்தை உயர்த்தினான். அம்பிகா ஒரு கப் டீயை மட்டும் ட்ரேயில் வைத்து எடுத்து வந்து நீட்டினாள். கப்பை கையில் எடுக்கும்போது அவளின் முகத்தை ரவி பார்க்கவில்லை. சேலை முனையை இடுப்பில் சொருகி வைத்த இடத்திற்கும் மேலே வெண்மையான வயிற்றின் மினு மினுப்பை ஒரு நொடி பார்த்தான்.

அம்பிகா ட்ரேயுடன் திரும்பியபோதும்கூட இவனால் தலை நிமிர்ந்து பார்க்க முடியவில்லை.

“ஐயாவுக்கு எங்க உத்யோகம்?” என்று கிழவர்தான் கேட்டார். மாமாதான் பதிலையும் கூறினார்.

“அவன் அரபு நாட்டுல இருக்கான்.”

பிரபாகர் ஒரு மிணர் டீயைக் குடித்த பின், தன் உடல்வாகுக்குச் சிறிதும் பொருத்தமில்லாமல் மெல்லிய குரலில் விசாரித்தான்.

“கல்ஃப்ல எங்க இருக்கீங்க?”

“நான் அபுதாபியில இருக்கேன்.”

“எனக்கும்கூட சவுதியில ஒரு அஸைன்மென்ட் கெடைச்சிது. அந்த கம்பெனிபேருகூட ‘ஆர் அண் கோ’ என்றவன் வேறு யாரும் அதைப் பற்றி கேட்க வேண்டியதில்லை என்னும் பாவனையில், “இங்கியே குவார்டர்ஸும், காரும் பெர்க்ஸும், எல்லாம் சேர்ந்து கெடைக்கறபோது அது அப்படியொண்ணும் பெட்டரா தோணல. அதோடுகூட ஹாரிபிள் வொர்க்கிங் கண்டிஷன் வேற– அதனால அத நான் உதறிட்டேன்” என்று ஒரு பிரசங்கமே செய்து விட்டான் மாப்பிள்ளை.

‘இப்ப எங்கே வேலை?’ என்றுதான் இப்பொழுது கேட்க வேண்டும். ஆனால், கேட்க வேண்டிய நிலைமை வரவில்லை. நல்ல வேளை, கிழவர் எழுந்து கதர் உடுப்பு அணிந்தவரின் காதுகளில் என்னவோ சொன்னார். அவர் தலையைக் குலுக்கினார். பின் பிரபாகரின் காதுகளிலும்...

“அப்போ விஷயத்துக்குப் போவலாமா” என்ற பெரியவர் தன் நாற்காலிக்குத் திரும்பி, “பொண்ணைப் புடிச்சிடுச்சி” என்று பிரஸ்தாபித்தார்.

“அதானே முக்கியம். அப்புறமென்ன, மீதி விஷயங்களயெல்லாம் யோசிச்சும் பேசியும் தீர்மானிச்சுடறது நல்லதுதானே?”என்று மகிழ்ச்சியுடன் கூறினார் மாமா.

“அப்படின்னா, அத யோகம்னுதான் சொல்லணும்” என்று முழு நம்பிக்கையுடன் பெரியவர் தொடர்ந்தார்: “இந்த பிரபாகரன் எத்தனத் திக்குல பொண்ணு பாக்கப் போனான்னு தெரியுங்களா? ஒண்ணும் பிடிக்கலேன்னா என்னதான் செய்ய முடியும். அவன் அப்பா அம்மா சோர்ந்துட்டாங்க. ‘அவனால நாங்க தோத்துட்டோம். இனிமே நீங்கதான் அவன கரை சேக்கணும்’னு இந்த பிரபாகரனோட அப்பா என்னயக் கூப்பிட்டுச் சொன்னாரு. கோபம்பியாரு ஒரு விஷயத்தச் சொல்லிட்டா என்னால அதத் தட்டவே முடியாது.

எங்களுக்குள்ள உறவே, அதானே! அதுக்குப் பின்னால பொண்ணு பாக்கத் தொடங்கிட்டு மூணு வருஷம் ஆயிட்டுது... என்னா மேனன் பேசாம இருக்கீங்க..... நான் சொல்றது சரிதானே?"

"அதேதான்" கதர் ஆடை அணிந்த மேனன் முனகினார். இந்த வேலை முடிந்து விட்டால் பின் நிறைய சொந்த வேலைகளைக் கவனிக்கப் போகலாமே என்னும் முகபாவனை அவரின் முகத்தில் பிரதிபலித்தது. தன்னுடைய அக்கறையே இதிலெல்லாம் இல்லை என்றுமொரு பாவனையும் அம்முகத்தில்...

"ஓங்கப் பொண்ணோட போட்டோவப் பார்த்தவுடனேயே பிரபாகரனுக்கு முக்காலே மூணு வீசமும் திருப்தியாயிட்டுது", என்ற பெரியவரின் ஒரு கண் ரவியின் முகத்தில் பதிந்தது. தன்னையும் பேச்சில் பங்கெடுக்கச் சொல்வதுபோல். "அப்புறம் அதுல வீசம் பங்கு இருக்கே? இங்க வந்து பார்த்தப்போ அதுவும் சரியாயிட்டுது... நான் விஷயத்த மனம் தெறந்து சொல்லிடறேன். அதான் என்னோட குணமும்கூட. மறைச்சி வைக்கறதைத்தானே மறைக்கணும்– என்னா மேனன் பேசாம இருக்கீங்க?" என்று கூறினார்.

"சரிதான்" என்று மேனன் தன் நரைத்த மீசையைத் தடவிக்கொண்டே கைக்கடிகாரத்தை நோக்கினார்.

எல்லோரும் டீ குடித்து முடித்திருந்தார்கள். ரவி தன் கப்பை எடுத்தான். அப்போதுதான் அவனுக்கு நினைவு வந்தது – ட்ரே பிடித்த அழகான கையும், பனிப் படலத்தைப்போன்ற வெண்மையான வயிற்றின் மினு மினுப்பும் கண்முன்னே தோன்றியது.

வெண்ணெய் போன்று மின்னும் வயிற்றின்மேல் இனி கருத்து கருகிய விரல்கள் –

வேண்டாம். நினைக்கக் கூடாது; எதையுமே நினைக்கக் கூடாது.

ஒரு நிமிடம் அமைதி நிலவியது. மேனன் பாக்கெட்டிலிருந்து சிகரெட் பாக்கெட்டை எடுத்துத் திறந்தார்.

மாமா தொண்டையைச் சரி செய்துகொண்டு, "இனி பொண்ணோடுகூட மாப்பிள்ளை பேசணும்னா

பேசலாம். தெரிஞ்சிதுங்களா... இப்பல்லாம் இருக்கற இளம் வயசுப் புள்ளைங்க அதத்தானே விரும்பறாங்க..." என்று மாப்பிள்ளையைப் பெண்ணுடன் பேச அனுமதியளித்தார்.

"ஆமாம், ஆமாம்," என்று கிழவரும் அங்கீகரித்தார்.

"காலத்த அனுசரிச்சுதானே கோலம் போடணும்...? பிரபாகரனுக்கு ஏதாச்சும் அபிப்பிராயம் இருக்குதுன்னா சொல்லலாம். அதையும் மனசத் தொறந்தே சொல்லலாம்.."

சூடு ஆறத் தொடங்கி விட்ட டீயைக் குடித்து முடித்த பின் கப்பை டீப்பாயில் வைத்து விட்டு, மனதை நிதானப்படுத்திக் கொண்டு எழுந்த ரவி, உள்ளே சென்றான்.

"இதக் கேக்கறீங்களா மேனன்? ஒரு இருவத்தஞ்சி வருஷத்துக்கு முன்னாலதான் அது நடந்துது .... ஒரு பொண்ணோட ஜாதகம்..."என்று கிழவர் தன் பேச்சு வர்ணத்தைத் தொடர்ந்தார்.

அத்தை இடைக்கழியிலேதான் இருந்தாள். வெளியில் நடக்கும் உரையாடலைக் கவனித்துக் கொண்டு நின்றாள். திடீரென தன்னை நேருக்கு நேரே கண்டவுடன் அத்தையின் முகத்தில் ஓர் ஆச்சரியக் குறி மின்னி மறைந்தது. பின் இயல்பான முகத்தைச் சிரமப்பட்டு வரவழைத்துக் கொண்டு உதட்டினால் சிரித்தாள். ஒருவகை குழப்பமான புன்னகை அது.

தன் மகளுக்கு வந்திருக்கும் வரன் அப்படியொன்றும் பொருத்தமான மாப்பிள்ளையாக இல்லாதிருப்பதால் அத்தைக்கு அவ்வளவாக மகிழ்ச்சி இல்லை. ஆனால், அவளுடைய யோகம் அதுதான் என்றால், தான் என்ன செய்ய முடியும் என்று அத்தை சிந்திக்கிறாள் என்பதை அவளின் முகபாவத்தைக் கொண்டு யூகித்தான் ரவி. அப்போதுதான் அவன் தன் மனதையும் வெறுத்தான். வேண்டாம். இன்னும் ஏன் இந்த விஷ்ஃவல் திங்கிங்?

"அம்பிகா எங்கே?" என்று கொஞ்சம் தீவிரமாகவே கேட்டான் ரவி.

அத்தை, படிப்பறையை நோக்கிக் கையைக் காட்டினாள்.

வாயில் கதவிடம் சென்றபோதே, அம்பிகா புத்தகங்கள்

அடுக்கி வைத்திருக்கும் மேஜைமேல் குனிந்த வண்ணம் உட்கார்ந்திருப்பதைக் கண்டான் ரவி. ஒரே ரிப்பனால் கட்டிய தலை முடி. அதில் ஒரு சிகப்பு ரோஜா மலர்.

மௌனமாக உள்ளே சென்றான். அவளுக்குப் பின்னால் வந்து நின்றான். அவளின் கையில் ஃபோட்டோ இருந்தது. அதையே அவள் பார்த்துக் கொண்டிருந்தாள். இன்னும் கொஞ்சம் நெருங்கி சென்று அந்தப் போட்டோவைப் பார்த்தபோது, அது தானும் அம்பிகாவும் சேர்ந்து எடுத்துக் கொண்ட படம் என்பது புரிந்தது. அன்றொரு நாள் சியாமளா அண்ணி எடுத்த கலர் ஸ்நாப் அது.... ஒரு நிமிடம் வரையில் அந்தப் புகைப் படத்தையே பார்த்துக் கொண்டிருந்த அம்பிகா, மேஜையின் ட்ராயரை இழுத்தாள். அதிலிருந்த சிறிய கத்திரியை எடுத்தாள். புகைப்படத்தை சரசரவென்று இரண்டாக வெட்டி மேஜைமேல் வைத்தாள். பின், அந்தப் புகைப்படத் துண்டுகளில் கன்னத்தை வைத்து அழுத்திக் கொண்டு கிடந்தாள். அவள் தேம்பித் தேம்பி அழுகிறாளோ?

ஒருவகை முனகலுடன் சுற்றிக் கொண்டிருக்கும் ஃபேன் சப்தத்தின் காரணத்தால் தன்னுடைய காலோசையை அவள் கேட்கவில்லை. அது நல்லதாகப் போய் விட்டது. திரும்பி நடக்கும் போதுதான், எதற்காக அம்பிகாவைக் காணப் போனோம்? பயணம் சொல்லிக் கொள்ளவா? இல்லை, மங்கள ஆசீர்வாதம் வழங்கவா?

பார்க்க வேண்டும் என்று தோன்றியது. அதனுடைய லாப நஷ்டத்தைக் குறித்து நினைக்கவில்லை என்பதுதான் உண்மை... எல்லா கணக்குகளும் தவறாகி விட்டன.

அத்தை இப்போது இடைகழியில் இல்லை. வெளியே கிழவர், மாப்பிள்ளை உத்தியோகம் பார்க்கும் இடத்திற்குப் போன விஷயத்தைப் பற்றி வர்ணக்கிறார் என்று தோன்றுகிறது.

யாரையும் கவனிக்காமல் வேகமாக வராண்டாவில் இறங்கினான் ரவி. செருப்பை மாட்டும்போது பெரியவர் கூப்பிட்டுக் கேட்டார்:

"என்ன, போறீங்களா...?"

மாமாதான் பதில் கூறினார்.

"கூப்பிட வேணாம். போவட்டும்."

"அவரு ஏன் ஒரு மாதிரியா போறாரு?"

"அதயொண்ணும் பாக்க வேணாம். அவன் ஒரு பைத்தியம்."

மணல் தூவியிருந்த முற்றத்தின் வழியாக நடந்தபோது தன்னிடமிருந்த எல்லா சக்தியும் வெளியேறி விட்டதாக உணர்ந்தான் ரவி.

தான் தோல்வியடைந்து விட்டோம் "வெற்றியின் பாவனையை நடித்து உண்மையாக்க முயன்றோம். முடியவில்லை. தன்னுடைய தற்போதைய முகம் வெற்றிப் பெற்றதில்லை. ஒரு கோமாளியின் முகமாகத்தான் இருக்கிறது. நாடக அரங்கிலும் பரிகாச சிரிப்பொலித் தொடங்கி விட்டது...

டாக்ஸி டிரைவர் பிரைவேட் காரின் டிரைவருடன் பேசியவாறு நின்று கொண்டிருந்தான்.

டாக்ஸியின் பின் சீட்டில் ஏறியமர்ந்த ரவி, கதவைப் பலமாக அடித்துச் சாத்தினான். ஓடி வந்து, காரை ஸ்டார்ட் செய்யும் போது டிரைவர், "வீட்டுக்குத்தானே?" என்று கேட்டான்.

"இல்ல, டவுனுக்குப் போ, ஏதாவது ஒரு பார் அட்டாச்டு ஓட்டலுக்குக் காரை வுடு."

★

11

அந்தி நேரம்.

ஆறு.

ஆற்றில் ஓடும் நீர் இப்போது கலங்கிப் போய் இருக்கிறது. பெருத்த மழை பெய்தால் ஆறு கலங்கலாகத்தான் இருக்கும்.

இப்போதும் ஆகாயத்தில் மழைமேகங்கள் மெதுவாக நகர்ந்து கொண்டுதான் இருக்கின்றன.

ஈரமுள்ள மணல் பரப்பில் ரவி மல்லார்ந்து படுத்திருந்தான். மேலே ஆகாய மார்க்கத்தில் ஒரு கூட்டம் வெள்ளைக் கொக்குகள் பறந்து சென்றன– ஒரு துண்டு முல்லைப் பூமாலையை யாரோ ஆகாயத்தில் எறிந்தது போன்று இருந்தது அக்காட்சி,

தோற்றுதான் விட்டோம்.

வெற்றிகளின் ஊர்வலம் தன் வாழ்க்கையில் ஒருமுறை கூட ஏற்பட்டதே இல்லை. வெற்றிகளின் சாம்ராஜ்யங்களை வெல்லவேண்டும் என்ற ஆசையும் தோன்றவில்லை. எப்போதும் இந்த நீரோடையுடன் சேர்ந்தே நகர்ந்து கொண்டிருந்தாலும், விரும்பிய கரையில் படகை கரைசேர்க்க முடியவில்லையே!

இப்போது தன் பயணத்துக்கும் முதன்முதலாக ஒரு குறிக்கோள் இல்லையென்றாகி விட்டது.

தோல்வியின் துவர்ப்பை முதன் முதலாக உணருகிறோம்.

“என்ன மணலுமேல் கெடக்கறீங்க?”

கையில் மீன் கூடையும் தோளில் வலையுமாக ஒரேயொரு துண்டை மட்டும் இடுப்பில் கட்டியிருந்த மனிதன் ஒருவன் தன் முன்னே நிற்பதை ரவி பார்த்தான். சாத்தப்பனோ?

"பேரு சாத்தப்பன்தானே?"

"நேரம் போவணும்லே?"

ரவி எழுந்து உட்கார்ந்தான்.

"நல்ல விராலு இருக்கு. பாக்கறீங்களா?"

"என்னது?"

"விராலு... இப்பதான் புடிச்சேன். உயிராவும் இருக்கு..."

"வேண்டாம்."

சாத்தப்பன் சிறிதுநேரம் தயங்கி நின்றான்.

"பொகைக்கறதுக்கு ஒங்க பையில ஏதாச்சும் இருக்குங்களா?"

"இல்லியே."

"அப்படின்னா வேணாம். நீங்க என்னிக்குத் திரும்பி போறீங்க?"

தான் என்று திரும்பிப் போகவேண்டும்? எப்போது வேண்டும் என்றாலும் போகலாம். கிழமையும் தேதியும் எல்லாம் மறந்து விட்டதும்கூட நினைவுக்கு வந்தன ரவிக்கு.

"லீவு இன்னும் முடியல போலிருக்கே."

"ஆமாம்."

"அப்ப, நான் போகட்டுமா?" என்று சாத்தப்பன் தன் மீன் கூடையை ஆட்டிக் கொண்டே மணல் பரப்பின்மேல் நடந்து மறைந்தான்.

தூரத்தில் எங்கேயோ புகை வண்டியின் விசில் சப்தம்.

காதைக் கூர்மைப்படுத்திக் கொண்டிருக்கும்போதே இன்ஜினின் சப்தம் கேட்கத் தொடங்கி விட்டது. சப்தம் நெருக்கத்தில் கேட்டதுடன், புகையைப் பரப்பிக் கொண்டு இன்ஜினும் காணத் தொடங்கி விட்டது. சரக்கு ரயில்தான். பாவ பாரத்தைப் போன்று ஏராளமான பெட்டிகளை இழுத்துக் கொண்டு இன்ஜின் இருமியவாறும் புகையைத் துப்பியவாறும் முன்னோக்கிச் சென்றது.

தூரத்தில் பாலத்தைப் பின்னுக்குத் தள்ளியது ரயில். அதைப் பார்த்துக் கொண்டு நிற்கும்போதே திடீரென ஒரு ஆசைத் தோன்றியது. விடியற்காலையில் சென்னை மெயில் இதே பாலத்தின் வழியாகத்தான் நகர்ந்து செல்லும் –

நாளைக்கே தானும் சென்னை மெயிலில் பயணம் செய்ய வேண்டியதிருக்கும்.

விமான டிக்கெட்டையெல்லாம் சென்னையை அடைந்தபின் சரிப்படுத்திக் கொள்ளலாம். முடிந்தமட்டில் இந்த இடத்தை விட்டு போய்விட வேண்டும். கேள்வியுடன் எதிர்ப்படும் முகங்களுக்கு முன்னே, இனிமேலும் தான் ஒரு முட்டாளைப்போல் விழித்துக்கொண்டு நிற்க முடியாது.

நினைக்கும் போதெல்லாம் அந்த எண்ணங்களுக்கு ஒரு பரிகாரத்தையும் உணர முடிந்தது.

நாளைக்குக் காலையில் – யாரிடமும் தான் சொல்லிக் கொள்ளவேண்டிய அவசியமில்லை. வரும்போதும் யாருக்கும் அறிவித்துவிட்டு வரவில்லையே– ஆம். வாடிய முகங்களுடன் யாரும் தன்னை பயணம் அனுப்பவும் நெருங்க வேண்டாம்.

விடியும் நேரத்தில் வயல் வழியாக நடக்க ஆரம்பித்தால் அரைமணி நேரத்திற்குள் ரயில்வே ஸ்டேஷனை அடைந்து விடலாம். ஸ்டேஷனை அடைவதற்கு ஒரு கிலோ மீட்டராவது போகவேண்டும். இல்லையென்றால், மெயின் ரோடுக்குப் போய்விட்டால் ஏதாவது ஒரு வண்டி ஸ்டேஷனுக்குப் போக கிடைக்காமல் இருக்காது.

நாளைக்குக் காலையில், மக்களும் அவர்களின் பொருட்களும் நிறைந்திருக்கும் ஒரு இரண்டாம் வகுப்பு கம்பார்ட்மென்டின் வாசற்படியில் தொங்கியவாறு, தானும் இந்த ஆற்றையும் இந்த மணல் பரப்பையும் பின்னுக்குத் தள்ள வேண்டியதிருக்கும்.

பிறந்து வளர்ந்த இந்த கிராமத்திடமிருந்தே விடை பெற்று விடுவோம்!

ரவி எழுந்து கொண்டான்.

கைகளிலும் தலை முடியிலும் ஒட்டிக்கொண்ட மணலைத் தட்டிக் கொண்டே மணல் பரப்பின் வழியே நடந்தான்.

வீட்டுக்குத் திரும்பும் வழியில் வரப்பின் மேல் நின்றான்.

இடப்பக்கமாகத் திரும்பினால் வீட்டை அடையலாம். நேரே போனால் பாப்புட்டிக்காவின் கடை உள்ளது.

சுலேகா வசிக்கும் வீடு!

டாக்ஸியில் வந்து இறங்கிய போது வெயிலை மறைக்க நெற்றியின் மேல் கையை வைத்து மறைத்துக் கொண்டு வெளியே வந்த அந்த மெலிந்த உருவம் –

பந்தத்தின் பிரகாசமான வெளிச்சத்தில் தூக்கக் கலக்கமுள்ள முகத்தில் தவழ்ந்த புன்முறுவல் –

பயணம் சொல்லிக் கொள்ள வேண்டுமோ? – யாரிடம் சொல்லிக் கொள்வது?

விடிவதற்கு முன்பே செல்லவேண்டும். அந்த நேரத்தில் தூக்கத்திலிருப்பவர்களை எழுப்பியா விடை பெறவேண்டும்? அந்த மனிதரின் எதிர்வினை அப்போது எப்படி இருக்கும்?

நிக்காஹ் நெருக்கடியில் இருப்பார். நிக்காஹ் என்றைக்கு என்பதும் தெரியவில்லை.

என்றைக்கா இருந்தால்தான் நமக்கு என்ன?

சுலேகா அன்றைய தினம் எதிர்பார்ப்போடு காத்துக் கொண்டிருப்பாளோ?

அந்த விஷயம் தெரியவில்லை.

தங்களின் அறிமுகத்திற்கு இடையே பெரும் கருங்கல் மதில்கள் எவ்வளவு வேகத்தில் உயர்ந்து விட்டன!

மனம் மீண்டும் ஆவலைத் தூண்டுகிறது. பூக்களையும் காய்களையும் அடித்து பிய்த்து எறியும் காட்டுக் குரங்கு உள்ளுக்குள் அமர்ந்துகொண்டு பல்லை இளிக்கிறது.

விடைபெறும் போது –

வீட்டின் உள்ளேயிருந்து ஒரு நிழல் போன்றாவது சுலேகா வெளிப்படுவாளோ.

ஒரே ஒரு பார்வையாவது –

ஒரேயொரு வளையலோசையாவது...

எதிர்பார்ப்புகளின் பரப்பளவு எவ்வளவோ குறைந்து விட்டது...

“நேசித்தக் குற்றத்திற்காக மன்னிக்க வேண்டும் என்று சொல்வதற்காக வந்திருக்கிறேன். ஆம். மன்னிக்கச் சொல்வதற்கு மட்டும் தான்.”

வரப்பின் வழியே நேராக நடந்தான் ரவி.

பாப்புட்டிக்கா பெஞ்சின் மேல் அமர்ந்திருந்தார். ரஸாக் டெஸ்கில் குனிந்து எழுதிக் கொண்டிருந்தான். பாப்புட்டிக்கா தன் உடைந்த மூக்குக் கண்ணாடியை மூக்கின்மேல் வைத்து, ஒரு விரலால் பிடித்து காகிதத்தின் மேல் கண்களைச் சுழல விட்டார்.

“அடுத்தத எழுதிக்கோ. அதிகாரத்து வளப்பில் போக்கர் ஹாஜி.”

ரஸாக் எழுதுகிறான்.

“எழுதிட்டியா?”

“ஆங்...”

“என்னா எழுதினே?”

“அதிகாரத்து வளப்பில் போக்கர் ஹாஜி.”

“போஸ்ட் பொயம்பரம்...”

ரவி கடைக்குள் வந்ததும் எழுதுவதும் படிப்பதும் நின்றன. பாப்புட்டிக்கா காகிதத்தைக் கையில் வைத்துக் கொண்டு விழித்து நோக்கினார்.

“என்னப்பா?” குரலில் அமைதி நிலவியிருந்தது.

இதற்கு என்ன பதில் சொல்வது?

அப்போது மீண்டும், “கடைக்கு லீவுப்பா. டீ இல்ல” என்னும் சப்தம் கேட்டது.

“நான் டீ குடிக்க வரலீங்க, பாப்புட்டிக்கா..... வெளி நாட்டுக்குப் போவப் போறதால விடை பெத்துக்கத்தான் வந்தேன்”

பாப்புட்டிக்காவின் முகம் இளகி விட்டது.

“ஒக்காரு.”

உட்காரவில்லை. ரஸாக் இருவரையும் விழித்து நோக்கிக் கொண்டிருந்தான். உட்புற வாயிற்படியிடம் ஒருமுறை

கண்களைச் செலுத்தினான் ரவி. பின், எல்லோருக்கும் பொதுவாகக் கூறுவது போல், “நான் நாளைக்கிக் காலையிலேயே போவப் போறேன்” என்றான்.

“லீவு முடிஞ்சிட்டுதோ?” என்று பாப்புட்டிக்கா கேட்டார்.

“இல்ல.”

“லீவு முடியாமல அப்புறம் எங்க போறே?”

“நான் இனிமே இங்க நிக்க முடியாது பாப்புட்டிக்கா...” என்றவனின் குரலில் பதற்றம் இருந்திருக்க வேண்டும்.

பாப்புட்டிக்கா பெஞ்சிலிருந்து எழுந்து கொண்டார்.

“நான் விடை பெற்றதுக்கு மட்டும் வரலே பாப்புட்டிக்கா, மன்னிப்புக் கேட்கவும்தான் வந்தேன்.”

பாப்புட்டிக்கா அருகில் வந்து நின்று கைகளை நீட்டினார்.

நீட்டிய கரங்களைப் பிடித்துக் கொண்ட ரவி. “என்னை மன்னிச்சுடுங்கோ” –என்றவனின் குரல் மேலும் பேசமுடியாமல் தவித்தது.

பாப்புட்டிக்கா , தன் கைகளால் அவனின் இரு கைகளையும் அழுத்திக் கொண்டு மெல்லிய குரலில், “நடந்ததையெல்லாம் மறந்துடு” என்றார்.

ஒரு நிமிடம் மௌனமாக நின்ற ரவி, பின் தன் கையை விடுவித்துக் கொண்டு சட்டென திரும்பி நடந்தான்.

வயலில் இறங்கும்போது பாப்புட்டிக்கா தன் மகனிடம் கோபப்படுவது கேட்டது:

“என்னடா முழிச்சிக்கிட்டு இருக்கறே? எழுதிட்டியாடா?”

“எழுதிட்டேன்.”

“சரி, வெளிச்சத்தக் கண்ட பெருச்சாளியப் போல இருக்காதே. அடுத்தத எழுதுடா...”

மேலும் ஓர் இரவு சென்று விட்டது.

அந்தியில் தொடங்கிய மழை கொஞ்சம் பெய்துவிட்டு அடங்கியதுபோல் தோன்றியது. அந்த அமைதி சிறிது நேரத்திற்கு மட்டுமே இருந்தது, மீண்டும் மின்னல் கீற்றுகளோடு பலத்த இடி

முழக்கம். அத்துடன் கடல் காற்றும் வேகமாக வீசிற்று. ஆகாயத்திலிருந்து மழை மீண்டும் கொட்டத் தொடங்கி விட்டது.

காற்றும் மழையும் தொடர்ச்சியான ஆரவாரத்துடன் ஒரு பெரும் ரோதனையாயிற்று. இயற்கை தன் முடியை அவிழ்த்துப் போட்டுக் கொண்டு அலறுகிறது. ஆம், சம்ஹார காளியான இயற்கைதான் அது.

ஜன்னல்களையும் வாசலையும் சேர்த்து மூடினான் ரவி.

ப்ரீப்கேஸை எடுத்துத் தயாராக வைத்திருந்தான். பாஸ்போர்ட்டும், பயணத்துக்கு வேண்டிய மற்றவைகளும் அதில் உண்டென்று நிச்சயப்படுத்திக் கொண்டு, மேலும் கொஞ்சம் மேஜை மேலிருந்த விளக்கின் திரியை அடக்கி விட்டு, போர்வையை எடுத்து மார்பு வரையில் போர்த்திக் கொண்டு கட்டிலின்மேல் மல்லாக்கப் படுத்துக் கொண்டான்.

மனதில், தான் ஒரு தீர்மானம் எடுத்ததினால் ஏற்பட்ட அமைதி இருந்தது.

தூங்க வேண்டும். அலாரம் நான்கு மணிக்கு வைத்தாகி விட்டது. ஆறு மணிக்கு ரயில்...

கடிகாரத்தில் மணி ஒன்றாகி இருந்தது.

இனிமேல் இன்னுமொரு இரவு இந்த அறையில் படுத்து தூங்குவதற்குச் சந்தர்ப்பம் கிடைக்குமோ? கிடைக்காது என்றுதான் உள்மனம் முணுமுணுக்கிறது. இனி எப்போதும் இந்தச் சந்தர்ப்பம் கிடைக்காது என்றும் உணர்த்துகிறது.

இந்த கிராமத்தைத் தான் நேசிக்கவில்லையா?

உண்டு.

இந்த கிராம மக்களிடமெல்லாம் தனக்கு விருப்பம் இருக்கவிலையா?

யாரிடமும் பகையுமில்லை; கோபமும் இல்லை. அவை இப்போதுமில்லை.

இவற்றையெல்லாம் நினைத்துக் கொண்டே தூங்கி விட்டிருக்க வேண்டும். திடீரென ஏதோவொரு சப்தத்தை கேட்டுவிட்டு எழுந்து கொண்டான் ரவி. மழையின் சங்கீதம் நின்று விட்டிருந்தது. இடி முழங்கியிருக்க வேண்டும். கையை

நீட்டி விளக்கின் திரியை உயர்த்தினான். மணி இரண்டாகி இருந்தது...

எழுந்து ஜன்னலைத் திறந்து பார்த்தான். சரியான மழை பெய்திருந்தது. தனித்தனித் துளிகள் மட்டும் வாழை இலையில் விழும் ஓசை கேட்டது.

கட்டிலின்மேல் வந்து அமர்ந்தான் ரவி. அப்போது மீண்டும் சப்தம் கேட்டது.

யாரோ மெதுவாக வாயிற் கதவைத் தட்டினார்கள்.

இந்த நேரத்தில் யாராக இருக்கும்?

எழுந்து சென்று கதவைத் திறந்தான். வெளியில் விழுந்த விளக்கொளி கீற்றில் பார்த்ததும் ரவி திடுக்கிட்டு போனான். சுலேகா நின்று கொண்டிருந்தாள்!

சுலேகாவா... இந்த நடு நிசியிலா?

இதயம் வேகமாகத் துடிக்கத் தொடங்கியது.

சுலேகா சட்டென அறைக்குள் நுழைந்து கொண்டாள். பின், அவளே கதவையும் மூடினாள். கதவின்மேல் சாய்ந்து நின்று கொண்டு மேல்மூச்சு கீழ்மூச்சு வாங்கத் தொடங்கினாள்.

மழைத்துளிகள் முத்து முத்தாக நிற்கும் தலைமுடி. நனைந்த சேலை.

சுலேகா விழிகளைக் கீழ் நோக்கிக் கொண்டு, உதடுகளைக் கடித்து மூடிக் கொண்டாள். பின், முகத்தை உயர்த்தி, மேல் மூச்சும் கீழ் மூச்சும் இன்னும் அடங்காத குரலிலேயே, "நீங்க பயணம் சொல்லிக்க வந்தீங்கள்லே... அதேபோல நானும் பயணம் சொல்லிக்கத்தான் வந்திருக்கேன்..." என்று கூறினாள்.

"என்ன இது சுலேகா? இந்த நேரத்துல...?"

சுலேகாவின் கண்கள் ஒரு நிமிடத்திற்கு மின்னின. அவள் புன்னகைக்க முயற்சித்தாள்.

"காலையிலேயே போவப் போறேன்னு சொன்னீங்களே? அப்புறம் ஏன்... எப்போ..."

"சுலேகா..." என்று அவன் மெதுவாக அழைத்தான். அவள் தன் முகத்தை நிமர்த்தி அவனை நோக்கினாள். பார்த்துக்

கொண்டு நிற்கும்போதே அந்தக் கண்கள் கண்ணீரால் நிறைவதையும் மெல்லிய ஒளியில் அவன் கண்டான்.

"சுலேகா, நான்.... நான் சொல்றதக் கேப்பியா–"

காதிலுள்ள வளையங்கள் ஆடும் அளவிற்கு, மறுக்கும் பாவனையில் அவள் தலையை ஆட்டினாள். அத்துடன் அவள், தன் எல்லா கட்டுப்பாடுகளையும் விட்டுவிட்டு வாடிய தாமரைப் பூவைப் போல் அவன் மார்பின் மேல் தளர்ந்து விழுந்து தேம்பித் தேம்பி, அழத் தொடங்கி விட்டாள்.

குளிர்ந்த அவளின் கை விரல்களின் ஸ்பர்ஸம் இவனுடைய உடல் முழுவதையும் சிலிர்க்கச் செய்து விட்டது.

நனைந்த ஆடைகளுக்குள்ளே உள்ள அவளின் நடுங்கும் மார்பிடத்தின் உஷ்ணத்தை இவன் மார்பு பெற்றுக் கொண்டது.

கண்ணீரின் உப்புச் சுவையை உதடுகள் உணர்ந்தன.

வார்த்தைகளின் சாதுர்யத்தை ரவி இழந்து விட்டிருந்தான். ஒரு மந்திர உச்சாடனத்தைப் போல், ஒரு ஒத்துப் போதலைப்போல் அவன், "என் சுலேகா... என் சுலேகா என்..." என்று சொன்னதையே சொல்லிக் கொண்டிருந்தான்.

வண்ணச் சிறகு முளைத்த நிமிடங்கள் அவர்களுக்கு முன்னே சிறகடித்துக் கொண்டிருந்தன.

தன் கையணைப்பில் தளும்பிக் கொண்டிருக்கும் பொருள் கனவல்ல என்றும், அது யதார்த்தமானதுதான் என்றும், அவன் அறிந்தான். ஒரு மோகன கற்பனையாக மட்டும் இருந்த சொர்க்கத்தின் இளவரசி, இறுதியில் எல்லோரும் உதறிவிட்ட இந்த அநாதையை அநுக்கிரகிக்கவே வந்துள்ளாள்.

எல்லாமும் கனிந்து அர்ப்பணிப்பதற்காகவே அவள் இங்கு வந்திருக்கிறாள் –

"என் தேவீ.... என் தேவி...!"

அந்த சாந்தப்படுத்துதலை அவளிடம் உள்ள பெண்மையும் அறிந்தது. ஆண்மையின் உஷ்ணத்தில் அவள் தன்னைத்தானே அர்ப்பணித்துக் கொண்டாள். ஒரு பூ மலர்வதுபோல் ஒரு சிகப்பு வண்ணம் அந்திநேர இரவில் அமுங்கியது போல்...

ஆயிரம் சுழிகளிலுள்ள ரகசியங்களையும் சுமந்து செல்லும் நதி, இறுதியில் கர்ஜிக்கும் கடலில்தான் தஞ்சம் அடைவதற்கு வேண்டிக் கொள்கிறது.

அமைதியின் உறைவிடமாக மாறுகிறது கழிமுகம் –

அலங்கோலமாகி விட்ட தலைமுடியைக் கட்டிக்கொள்ளக் கூட முயலாத சுலேகா, சேலைத் தலைப்பைத் தோளின்மேல் போட்டு மூடிக் கொண்டாள். இளம் பசும்புல் இதழ்களின் பிரிண்டுள்ள வாயில் சேலை அது.

வாயிற் கதவை அடைந்ததும் அவள் திரும்பி நோக்கினாள். கண்மை படிந்த கன்னங்கள்.... அவள் விடை பெற்றாள்:

"சரி, நான் வரட்டுங்களா?"

"நானும் கூட வர்றேனே!"

சுலேகா சிரித்தாள். அதன் அர்த்தத்தைப் புரிந்து கொள்ள முடியாத ஒரு சிரிப்பு அது. தீட்டிக் கூர்மைப்படுத்தப்பட்ட ஒரு கத்தியின் பளபளப்புதான் அச்சிரிப்புக்கு அர்த்தம் என்று தோன்றிற்று.

அவள் கதவைத் திறந்தாள். மீண்டும் ஒருமுறை திறந்து நோக்கினாள். வெளியேறி விட்டாள்.

ஆகாயத்தில் எங்கேயோ ஒரு பிறை நிலா இருந்திருக்க வேண்டும். அரண்ட நிலா வெளிச்சம் இருந்தது.

சுலேகா முற்றத்தில் இறங்கினாள்.

அவள் மீண்டும் ஒரு முறை திரும்பிப் பார்ப்பாள் என்று எதிர்பார்த்தான் ரவி. ஆனால், அவள் அப்படி பார்க்கவில்லை.

அவள் ஒரு பனிப் படலத்தைப் போல் வயல் வெளியில் மறையும் வரையில் அவன் பார்த்துக் கொண்டே நின்றான். அதன்பின், கதவைச் சாத்திக் கொண்டு படுக்கைக்குத் திரும்பினான்.

படுக்கையிலுள்ள கசங்கிப் போன விரிப்பின்மேல் அமர்ந்தவுடன் மனதினுள்ளே உள்ள காட்டுக் குரங்கு மீண்டும் ஒருமுறை பல்லை இளித்தது.

கோழை... நீயொரு கோழை....

இரவு. கடைசி சாமமும் நகர்ந்துகொண்டிருந்தது.

குளிரில் உறைந்த இயற்கை ஆழ்ந்த நித்திரையிலிருந்தது.

இலைகளின் அசைவுகூட இல்லை.

அந்த நேரத்தில் ரவி நடந்து கொண்டிருந்தான். லெதர் ஷூ ஈர மண்ணில் பதியும் சப்தம் மட்டும் கேட்டது. பின், காலடியோசை கேட்டு சந்தேகப்படும் நாய்களின் தனித்தனி குரைப்புகள்.

நடைபாதை முடிந்து மெயின்ரோடுக்கு வந்தான். தூரத்தில் எங்கேயோ ஒரு சேவல் கூவிற்று.

அலறிப் பாய்ந்து வந்த லாரியைக் கை காண்பித்து நிறுத்தினான்.

ரயில்வே ஸ்டேஷனில் இறங்கிக் கொண்டான்.

ப்ளாட்பாரத்தில் பெட்டியைக் கையில் தூக்கிக் கொண்டு நிற்கும் இன்னும் சிலரும் இருந்தார்கள். கௌண்டருக்கு சென்று டிக்கெட் வாங்கிக் கொண்டான் ரவி.

வண்டி பெருத்த சப்தத்துடன் வந்து நின்றவுடன் ஸ்டேஷனுக்கு உயிர்ப்பு வந்து விட்டது. ஒரு இரண்டாம் வகுப்பு பெட்டியை நோக்கி நடந்தான். ஆச்சரியம்தான் உட்கார இடமிருந்தது.

வண்டி ஓரிருமுறை விசில் ஊதியது.

டிக்கெட் விற்றுக் கொண்டிருந்த நபர் இறுதியில் பச்சைக் கொடியுடன் வெளியே வந்தார்.

பயணம்.

பயணம் தொடர ஆரம்பித்து விட்டது.

மீண்டும் பறைச் செண்டைகளின் நடுங்க வைக்கும்படியான சப்தம்.

இந்தத் தாளம் துரிதகதியை அடையும்போது –

இந்தக் கிராமத்தினிடமிருந்தும் இந்த ஊர்க்காரர்களிட மிருந்தும் விடை பெற்று விடுவோம் –

ஜன்னலின் வழியே வெளிப்புறம் நோக்கினான். கிழக்கு

அடிவானத்தில் செம்பு நிறத்திலுள்ள பெரிய சூரிய வட்டத்தை நோக்கிக் கொண்டிருக்கும்போதே அந்த சூரிய வட்டத்தின் பிரகாசம் அதிகரித்தது.

வண்டி மீண்டும் ஒருமுறை விசில் ஊதிற்று. பின்சட்டென வேகம் குறைந்தது.

பாலத்தை அடைவதற்கு முன்பே வண்டி நின்று விட்டது.

அடுத்த கம்பார்ட்மென்டிலிருந்து தீவிர அவாவுடனான கேள்விகள்... விசாரிப்புகள்...

– தலையை வைத்துக் கொண்டாளா?

– ஒரு பொம்பளைதான்.

– அடே, யாராக்கும்?

– யாரோ ஒரு பொண்ணுதான்.

– முன்னாலவுள்ள பிளேட்டு தட்டித் தள்ளிட்டுதாம். ஆனா, எல்லாமே முடிஞ்சிட்டுது.

ரவி தன் சீட்டிலிருந்து எழுந்தான். கம்பார்ட்மென்டின் திறந்த வாயிற்படியில் பயணிகள் கூட்டம் கூடி நின்று கொண்டிருந்தார்கள்.

சே! நல்ல இளம் வயதுப் பெண்!

என்ன விஷயமாக இருக்குமோ என்னமோ?

யாரு கண்டது?

வண்டி இனிமேல் போகாதோ? என்ன, இப்படி ஒரு தொந்தரவாகி விட்டதே!

கம்பார்ட்மென்டின் வாயிற்புறத்தை அடைந்த ரவி மற்றவர்களின் தோளில் கையை வைத்து எம்பி நின்று வெளியே நோக்கினான்.

டிரைவரும் கார்டும் சில பயணிகளும் கீழே இறங்கி நின்று கொண்டிருந்தார்கள்.

அவர்களுக்கும் முன்னே பாலத்தின் அடியில்தான் அந்த உயிரற்ற உடல் கிடந்தது.

புல் இதழ்களின் சித்திரமுள்ள வாயில் சேலையால்

மூடப்பட்டு நிரந்தரமான தூக்கத்தில் ஆழ்ந்திருந்தாள் சுலேகா.

பார்த்துக் கொண்டிருக்கும் போதே இளம் புல் இதழ்களின் இடையே பெரும் இரத்தப் பூக்கள் விரிந்து கொண்டிருந்தன.

மக்களின் உரையாடல்களும் இன்ஜினின் அலறலும் சேர்ந்து ஒரு பெரும் அழுகையாக மாறியிருக்கிறது.

இறங்க வேண்டும். கால்கள் இடறின. கீழே விழாமல் இருப்பதற்காக யார் யாரோட தோள்களையெல்லாமோ அழுத்திப் பிடித்தான் ரவி.

சாம்பல் நிறமாக இருந்த அடிவானத்தில் சிவந்து வருகிறது சூரியனின் முகம்.

நிறைவு –